AF741654

സീതാറാം യെച്ചൂരി

അഭിമുഖങ്ങൾ

sitaram yechury
abhimughangal

•

editors
m rajeevan
radhakrishnan cheruvalli

•

first edition
may 2015

•

published
chintha publishers, thiruvananthapuram

•

typesetting
star communications, thiruvananthapuram

•

•

cover
midas

•

വിതരണം

ദേശാഭിമാനി ബുക്ക് ഹൗസ്

H O തിരുവനന്തപുരം-695 035
Ph: 0471-2303026, 6063020
www.chinthapublishers.com
chinthapublishers@gmail.com

ബ്രാഞ്ചുകൾ

ഹെഡ്ഡാഫീസ് ബ്രാഞ്ച് കുന്നുകുഴി • സ്റ്റാച്യു തിരുവനന്തപുരം • കെ എസ് ആർ ടി സി ബസ് സ്റ്റേഷൻ ആലപ്പുഴ • കെ എസ് ആർ ടി സി ബസ് സ്റ്റേഷൻ എറണാകുളം • ചിറ്റൂർ റോഡ് എറണാകുളം • മച്ചിങ്ങൽ ലെയ്ൻ തൃശൂർ • ഐ ജി റോഡ് കോഴിക്കോട് • കെ എസ് ആർ ടി സി ബസ് സ്റ്റേഷൻ കോഴിക്കോട് • എൻ ജി ഒ യൂണിയൻ ബിൽഡിങ് കണ്ണൂർ • സെൻട്രൽ ബസ് ടെർമിനൽ കോംപ്ലക്സ് താവക്കര കണ്ണൂർ

CO - 2204 / 3677

സീതാറാം യെച്ചൂരി

അഭിമുഖങ്ങൾ

എഡിറ്റർമാർ

എം രാജീവ്

രാധാകൃഷ്ണൻ ചെറുവല്ലി

ചിന്ത പബ്ലിഷേഴ്സ്
തിരുവനന്തപുരം-695 035
വില : ₹ 105

എം രാജീവ്

മലപ്പുറം ജില്ലയിലെ എടപ്പാൾ സ്വദേശി. കൈരളി ടിവിയിൽ ട്രെയിനിയായി 2000ൽ ജോലിക്ക് ചേർന്നു. ഇപ്പോൾ എക്സിക്യൂട്ടീവ് എഡിറ്റർ. റസൂൽ പൂക്കുട്ടിയുമായി ജോൺബ്രിട്ടാസ് നടത്തിയ അഭിമുഖം *എന്റെ കാതൊപ്പുകൾ* എഡിറ്റു ചെയ്തു

രാധാകൃഷ്ണൻ ചെറുവല്ലി

തിരുവനന്തപുരത്തുള്ള ശ്രീകാര്യം സ്വദേശി. ചിന്ത പബ്ലിഷേഴ്സിൽ സബ് എഡിറ്റർ.
പ്രസിദ്ധീകരിച്ച കൃതികൾ: *ഒരേ വഞ്ചിയിലെ യാത്രക്കാർ, അമിനി ദ്വീപിലെ വിശേഷങ്ങൾ, മദ്ധ്യദേശത്തെ ചരിത്രപഥങ്ങൾ* (യാത്രാവിവരണം), *ആണധികാരത്തിന്റെ ബലപ്രയോഗങ്ങൾ (സാമൂഹ്യ രാഷ്ട്രീയപഠനങ്ങൾ, എഡിറ്റർ), സെല്ലുലോയ്ഡ്: ചരിത്രത്തിലില്ലാത്ത സിനിമയും ജീവിതവും (എഡിറ്റർ; ജി പി രാമചന്ദ്രനൊപ്പം), ചോരവീണ മണ്ണ്: കർഷകസമരഭൂമിയിലെ സഞ്ചാരവഴികൾ* (റ്റി എ രാജശേഖരൻ, രാജശശി എന്നിവർക്കൊപ്പം)

ഉള്ളടക്കം

പ്രസാധകക്കുറിപ്പ്

സി പി ഐ (എം) ജനറൽ സെക്രട്ടറി സീതാറാം യെച്ചൂരി ഇന്ത്യയിലെ പ്രമുഖ മാധ്യമ പ്രവർത്തകർക്കു നല്കിയ അഭിമുഖങ്ങളിൽ നിന്നും തെരഞ്ഞെടുത്ത ഏതാനും ചില താണ് ഈ പുസ്തകത്തിൽ ചേർത്തിട്ടുള്ളത്. തികഞ്ഞ ധൈഷണികനും രാഷ്ട്രീയ പ്രയോക്താവുമായ സീതാറാം യെച്ചൂരിയുടെ വാക്കുകളിൽ ദാർശനികതയും പ്രായോ ഗികതയും ഇടകലരുന്നു. ഇന്ത്യൻ ഇടതുപക്ഷത്തിന്റെ മുന്നേറ്റങ്ങളും തുടർന്നുണ്ടായ താല്ക്കാലിക തിരിച്ചടി കളും യെച്ചൂരി വിശകലനം ചെയ്യുന്നു. ഇന്ത്യൻ പശ്ചാത്ത ലത്തിലെ മാർക്സിസ്റ്റ് പ്രയോഗത്തിന്റെ സവിശേഷതകൾ യെച്ചൂരി ചൂണ്ടിക്കാട്ടുന്നു. ഏതൊരു ഇടതുപക്ഷക്കാരനും ജനാധിപത്യവാദിയുമായ വായനക്കാരനും ഇന്ത്യയുടെ സമകാലിക പ്രശ്നങ്ങളെ ആഴത്തിലറിയാൻ ആഗ്രഹിക്കു ന്നവർക്കും പ്രയോജനകരമാണ് ഈ അഭിമുഖങ്ങൾ. ആറ്റി ക്കുറുക്കിയ നിരീക്ഷണങ്ങൾ യെച്ചൂരിയുടെ സവിശേഷത യാണ്. ഈ പുസ്തകത്തിന്റെ പ്രത്യേകതയും അതു തന്നെയാണ്.

ചിന്ത പബ്ലിഷേഴ്സ്

സീതാറാം യെച്ചൂരി

ചിത്രീകരണം: രാജേഷ് ചിറപ്പാട്

സർവ്വേശ്വരസോമയാജി യെച്ചൂരിയുടെയും കല്പകം യെച്ചൂരിയുടെയും പുത്രനായി 1952 ആഗസ്ത് 12 ന് മദ്രാസിൽ ജനിച്ചു. അച്ഛനും അമ്മയും തെലുഗു ബ്രാഹ്മണരായിരുന്നു. അച്ഛൻ ആന്ധ്രാപ്രദേശ് സ്റ്റേറ്റ് റോഡ് ട്രാൻസ്പോർട്ട് കോർപ്പറേഷനിൽ എഞ്ചിനീയറും അമ്മ സർക്കാർ ഉദ്യോഗസ്ഥയും. സീതാറാം വളർന്നതും പത്താം സ്റ്റാൻഡേർഡുവരെ പഠിച്ചതും ഹൈദ്രാബാദിൽ. മദ്രാസിലെ പ്രസിഡന്റ്സ് എസ്റ്റേറ്റ് സ്കൂളിൽ ഹയർ സെക്കന്ററിക്കു പഠിക്കുമ്പോൾ സി ബി എസ് സി പരീക്ഷയിൽ രാജ്യത്ത് ഒന്നാം റാങ്കുകാരനായി. തുടർന്ന് ഡൽഹിയിലെ പ്രശസ്തമായ സെന്റ് സ്റ്റീഫൻസ് കോളേജിൽ ബി എ ഓണേഴ്സ് (സാമ്പത്തികശാസ്ത്രം) പഠനം. ജെ എൻ യു വിൽ നിന്നും എം എ (സാ

മ്പത്തികശാസ്ത്രം) ബിരുദം നേടി. സാമ്പത്തിക ശാസ്ത്രത്തിൽ ഗവേഷണം തുടങ്ങിയെങ്കിലും അടിയന്തരാവസ്ഥക്കാലത്ത് ജയിലിലായതോടെ മുടങ്ങി. 1974 ൽ എസ് എഫ് ഐ യിൽ ചേർന്നു. 1978 ൽ എസ് എഫ് ഐ അഖിലേന്ത്യാ പ്രസിഡന്റായി. കേരളത്തിൽ നിന്നോ ബംഗാളിൽ നിന്നോ അല്ലാത്ത ആദ്യ പ്രസിഡന്റ്. 1975 ലാണ് സി പി ഐ (എം) ൽ അംഗമാകുന്നത്. 1985 ൽ 12-ാം പാർട്ടി കോൺഗ്രസിൽ കേന്ദ്ര കമ്മിറ്റി അംഗമായി. 1985 ൽ പാർട്ടി ഭരണഘടനയിൽ ഭേദഗതി വരുത്തി അഞ്ചംഗകേന്ദ്രസെക്രട്ടേറിയറ്റ് രൂപീകരിച്ചപ്പോൾ പ്രകാശ് കാരാട്ട്, സുനിൽ മൊയ്ത്ര, പി രാമചന്ദ്രൻ, എസ് രാമചന്ദ്രൻ പിള്ള എന്നിവർക്കൊപ്പം ആ സമിതിയിൽ. 1992 ൽ 14-ാം പാർട്ടി കോൺഗ്രസിൽ പോളിറ്റ് ബ്യൂറോയിലേക്ക് തിരഞ്ഞെടുക്കപ്പെട്ടു. 2005 മുതൽ ബംഗാളിൽ നിന്നുമുള്ള രാജ്യസഭാ അംഗമായ യെച്ചൂരി മോദി സർക്കാരിനെതിരെയുള്ള പ്രതിപക്ഷത്തിന്റെ ഏകോപിച്ചുള്ള പ്രവർത്തനത്തിന്റെ മുന്നണിയിലുണ്ട്. 2015 ഏപ്രിലിൽ വിശാഖപട്ടണത്തു ചേർന്ന 21-ാം പാർട്ടി കോൺഗ്രസിൽ സി പി ഐ (എം) ന്റെ അഞ്ചാമത്തെ ജനറൽ സെക്രട്ടറിയായി ചുമതലയേറ്റു. 1996 ലെ യുണൈറ്റഡ് ഫ്രണ്ട് സർക്കാരിനും 2004 ലെ യു പി എ സർക്കാരിനു വേണ്ടിയും പൊതുമിനിമം പരിപാടി തയ്യാറാക്കുന്നതിൽ പ്രധാന പങ്കുവഹിച്ചു. സി പി ഐ (എം) ന്റെ അന്താരാഷ്ട്ര കാര്യങ്ങൾക്കുള്ള ചുമതല വഹിച്ച് സോഷ്യലിസ്റ്റ് രാജ്യങ്ങളിലെ പാർട്ടി കോൺഗ്രസുകളിൽ സൗഹാർദ്ദ പ്രതിനിധിയായി. വിവിധ രാജ്യങ്ങളിലെ കമ്യൂണിസ്റ്റ്/ വർക്കേഴ്സ്/ സോഷ്യലിസ്റ്റ് പാർട്ടികളുമായി അടുത്ത ബന്ധം.

മുതിർന്ന മാധ്യമപ്രവർത്തക സീമ ചിഷ്തിയാണ് ഭാര്യ. ചിഷ്തി ബി ബി സിയുടെ ഹിന്ദി സർവ്വീസിന്റെ ഡൽഹി എഡിറ്ററായി പ്രവർത്തിച്ചിട്ടുണ്ട്. അവർ ഇപ്പോൾ *ഇന്ത്യൻ എക്സ്പ്രസ്* ഡൽഹിയുടെ റസിഡന്റ് എഡിറ്ററാണ്. മൂന്നുമക്കളുണ്ട്. മകൾ അഖില യെച്ചൂരി ചരിത്രകാരിയും എഡിൻബർഗ് സർവ്വകലാശാലയിലെ അദ്ധ്യാപികയുമാണ്. *വാട്ടീസ് ഹിന്ദുരാഷ്ട്ര, സ്യൂഡോഹിന്ദുയിസം എക്സ്പോസ്ഡ്, കാസ്റ്റ് ആന്റ് ക്ലാസ് ഇൻ ഇന്ത്യൻ പൊളിറ്റിക്സ് റ്റുഡേ, ഓയിൽ പൂൾ ഡെഫിഡിറ്റ് ഓർ സെസ്സ്പൂൾ ഓഫ് ഡെസിറ്റ്, സോഷ്യലിസം ഇൻ ടെന്റ്റിഫസ്റ്റ് സെഞ്ചറി, കമ്യൂണലിസം വേഴ്സസ് സെക്യുലറിസം, സോഷ്യലിസം ഇൻ എ ചെയിഞ്ചിങ് വേൾഡ്, ലെഫ്റ്റു ഹാന്റ് ഡ്രൈവ് മോദി ഗവൺമെന്റ്, ഝൂണ കി രാജനീതി (ഹിന്ദി) ന്യൂ സർജ് ഓഫ് കമ്യൂണലിസം* എന്നീ പുസ്തകങ്ങൾ രചിക്കുകയും *പീപ്പിൾസ് ഡയറി ഓഫ് ഫ്രീഡം സ്ട്രഗിൾ, ദി ഗ്രേറ്റ് റിവോൾട്ട്: എ ലെഫ്റ്റ് അപ്രൈസൽ, ഗ്ലോബൽ ക്രൈസിസ് എ മാർക്സിസ്റ്റ് പെഴ്സ്പെക്ടീവ്* എന്നീ ഗ്രന്ഥങ്ങൾ എഡിറ്റ് ചെയ്യുകയും ചെയ്തിട്ടുണ്ട്.

ആമുഖം

രാഷ്ട്രീയ കൃത്യതയുടെ അഭിമുഖങ്ങൾ

സി പി ഐ (എം) 21-ാം പാർട്ടി കോൺഗ്രസ് വിശാഖപട്ടണത്ത് സമാപിക്കുമ്പോൾ ഇന്ത്യയിലെ പത്ര ദൃശ്യമാധ്യമങ്ങൾ സീതാറാം യെച്ചൂരി എന്ന കമ്യൂണിസ്റ്റ് നേതാവിനെ ചോദ്യശരങ്ങൾ കൊണ്ടു പൊതിഞ്ഞു. അക്കൂട്ടത്തിൽ തേൻപുരട്ടിയതും വിഷം പുരട്ടിയതുമായ ചോദ്യങ്ങളുണ്ടായിരുന്നു. ഇന്ത്യൻ രാഷ്ട്രീയത്തിലോ കമ്യൂണിസ്റ്റ് പ്രസ്ഥാനത്തിലോ ഒരു പുതിയ ആളല്ല സീതാറാം യെച്ചൂരിയെന്ന അറുപത്തിരണ്ടുകാരൻ. പുതിയ സ്ഥാനലബ്ധിയെത്തുടർന്ന് മാധ്യമശ്രദ്ധ പതിയുമ്പോഴും തന്റെ പാർട്ടിയുടെ രാഷ്ട്രീയം ആവർത്തിച്ചുറപ്പിക്കാനാണ് യെച്ചൂരി ശ്രദ്ധപതിപ്പിച്ചത്. വ്യക്തിപരമായ പരാമർശങ്ങളിൽ നിന്നൊഴിഞ്ഞുമാറി രാഷ്ട്രീയനിലപാടുകൾ വ്യക്തമാക്കുകയായിരുന്നു അദ്ദേഹം. ദേശീയ പ്രാദേശിക വാർത്താചാനലുകൾ യെച്ചൂരിയുമായുള്ള അഭിമുഖങ്ങൾ സംപ്രേക്ഷണം ചെയ്തു. ദിനപത്രങ്ങളും സമകാലിക പ്രസിദ്ധീകരണങ്ങളും വിശദമായ അഭിമുഖങ്ങളാണ് നല്കിയത്. ഇത്തരത്തിൽ പുറത്തുവന്ന ഏതാനും അഭിമുഖങ്ങളുടെ സമാഹാരമാണീ പുസ്തകം.

മൂർത്തമായ സാഹചര്യങ്ങളുടെ മൂർത്തമായ പ്രയോഗമാണ് മാർക്സിസം. ഇന്ത്യൻ സാഹചര്യങ്ങളെപ്പറ്റിയുള്ള മൂർത്തമായ വിലയിരുത്തലുകൾ സീതാറാം യെച്ചൂരി എന്ന മാർക്സിസ്റ്റ് ചിന്തകൻ നടത്തിയിട്ടുണ്ട്. ഇന്ത്യയുടെ സങ്കീർണ്ണമായ ജാതിവ്യവസ്ഥയെപ്പറ്റിയുള്ള മാർക്സിസ്റ്റ് നിലപാട് എന്തായിരിക്കണമെന്നതിനെപ്പറ്റി അകത്തും പുറത്തും ചർച്ചകൾ ഏറെ നടന്നിട്ടുണ്ട്. ജാതികളുടെ രാഷ്ട്രീയം ഇന്നത്തെരൂപം കൈവരിക്കുന്നതിനുമുമ്പ്, 1997 ൽ *പി സുന്ദരയ്യ സ്മാരക പ്രഭാഷണം* നിർവ്വഹിക്കവെ സീതാറാം യെച്ചൂരി ഇന്ത്യയിലെ ജാതി

യെയും വർഗ്ഗങ്ങളെയും പറ്റി ഇങ്ങനെ പറഞ്ഞു:

> കമ്യൂണിസ്റ്റുകാർ വർഗ്ഗരാഷ്ട്രീയത്തിലാണ് വിശ്വസിക്കുന്നത് എന്ന തിനാൽ അവർ ജാതിപ്രശ്നത്തിൽ ശ്രദ്ധ പതിപ്പിക്കേണ്ടതില്ല എന്ന് നിക്ഷിപ്ത താല്പര്യക്കാർ പലപ്പോഴും ഉപദേശിക്കാറുണ്ട്. ജാതി യെയും വർഗ്ഗത്തെയും ഇങ്ങനെ യാന്ത്രികമായി വേർതിരിക്കുന്നത് തെറ്റായൊരു ലളിതവല്ക്കരണം മാത്രമല്ല സമകാലിക ഇന്ത്യൻ സാഹചര്യങ്ങൾക്കു നിരക്കാത്തതുമാണ്. നമ്മുടെ സമൂഹത്തിന്റെ ജാതിവിഭജനം നൂറ്റാണ്ടുകൾ പഴക്കമുള്ളതാണ്. ജാതിക്കുള്ളിലും ജാതികൾ തമ്മിലുമുള്ള ബന്ധങ്ങളിലും പരിഷ്കാരങ്ങൾ പലതും നടന്നിട്ടുണ്ടെങ്കിലും ദളിതരുടെയും പിന്നോക്ക സമുദായ ങ്ങളുടെയും നേരെയുള്ള അടിച്ചമർത്തൽ എന്ന ജാതിവ്യവസ്ഥ യുടെ അടിസ്ഥാനസ്വഭാവത്തിന് ഒരു മാറ്റവും വന്നിട്ടില്ല. ഇത്തര ത്തിലുള്ള ഒരു സാമൂഹ്യ വിഭജനത്തിനുള്ളിലാണ് ഇന്ത്യയിൽ വർഗ്ഗ രൂപീകരണം നടന്നിട്ടുള്ളത്. ഇന്ത്യയിൽ മുതലാളിത്തം വളർന്നുവരുന്നു. ഒപ്പം ആധുനിക മുതലാളിത്തത്തിന്റെ സവിശേ ഷമാർന്ന വർഗ്ഗങ്ങളും. എന്നാൽ നിലവിലുള്ള ജാതി ഘടനയ്ക്കു ള്ളിലാണ് ഈ പ്രക്രിയ നടക്കുന്നതെന്നതാണ് അതിന്റെ സവി ശേഷത. അതിനാൽ ജാതിയും വർഗ്ഗവും തമ്മിലല്ല പ്രധാന പ്രശ്നം, ആധുനിക മുതലാളിത്തത്തിനകത്തെ വർഗ്ഗരൂപീകരണം പരമ്പരാഗതമായി നിലകൊള്ളുന്ന ജാതിഘടനയ്ക്കുള്ളിൽ എങ്ങനെ നടക്കുന്നു എന്നതാണ്. വലിയൊരളവുവരെ, ഇന്ത്യയിൽ, അടിച്ചമർത്തപ്പെട്ട ജാതിവിഭാഗങ്ങളാണ് ഏറ്റവുമധികം ചൂഷണ ങ്ങൾക്കു വിധേയമാവുന്ന വർഗ്ഗങ്ങളും. ആ അളവുവരെ വർഗ്ഗ ചൂഷണത്തിനെതിരായ പോരാട്ടങ്ങളും സാമൂഹ്യാടിച്ചമർത്തലിനെ തിരായ പോരാട്ടങ്ങളും പരസ്പരം സഹായിക്കുന്നതായിത്തീരും. ഈ വിഭാഗങ്ങൾ ഇപ്പോൾ ഇരട്ട ചൂഷണത്തിന് ഇരയാവുകയാ ണ്. ജാതിയും വർഗ്ഗവും തമ്മിൽ പരസ്പരമുള്ള ഈ ബന്ധത്തെ ശരിയായ രീതിയിൽ തിരിച്ചറിഞ്ഞാൽ മാത്രം പോര. ആ തിരിച്ച റിവിന്റെ അടിസ്ഥാനത്തിൽ വർഗ്ഗചൂഷണത്തിനും ജാതീയമായ അടിച്ചമർത്തലിനും എതിരായ പോരാട്ടം കമ്യൂണിസ്റ്റുപ്രസ്ഥാന ത്തിനു മുന്നിലുള്ള പ്രധാന കടമയായി മറുകയും വേണം.

ഈ പുസ്തകത്തിൽ അഞ്ച് അഭിമുഖങ്ങളാണ് ഉൾപ്പെടുത്തിയിട്ടു ള്ളത്. പ്രശസ്ത മാധ്യമപ്രവർത്തകനായ ജോൺ ബ്രിട്ടാസ് സീതാറാം യെച്ചൂരിയുമായി നടത്തിയ ദീർഘ അഭിമുഖം പതിവ് മാധ്യമ അഭിമുഖ ങ്ങളിൽ നിന്നും വ്യത്യസ്തമാണ്. സീതാറാം യെച്ചൂരിയുമായി ജോൺ ബ്രിട്ടാസിനുള്ള വ്യക്തിപരമായ അടുപ്പം ബാഹ്യലോകത്തിന് വലുതാ യൊന്നും അറിയാത്ത അദ്ദേഹത്തിന്റെ ജീവിതത്തിന്റെ ആദ്യഘട്ടങ്ങളി

ലേക്കും രാഷ്ട്രീയ പ്രവർത്തകൻ എന്ന നിലയിലേക്കുള്ള പരിണാമത്തി ലേക്കും വെളിച്ചം വീശുന്നുണ്ട്. കമ്യൂണിസ്റ്റ് പ്രസ്ഥാനത്തിലേക്ക് ആകർഷിക്കപ്പെട്ടതിനെപ്പറ്റി യെച്ചൂരി ഇങ്ങനെ പറഞ്ഞു.

> കാലഘട്ടത്തിന്റെ സൃഷ്ടിയാണ് മനുഷ്യൻ. 60 കളും 70 കളും വല്ലാത്തൊരു കാലഘട്ടമായിരുന്നു. അക്കാലത്ത് 4% ആളുകൾക്കേ ഉന്നതവിദ്യാഭ്യാസം ലഭ്യമായിരുന്നുള്ളൂ. സാർവ്വത്രിക വിദ്യാഭ്യാസം എന്ന ആശയം സ്വാതന്ത്ര്യം കിട്ടി ഇരുപതിലധികം വർഷം കഴിഞ്ഞിട്ടും എന്തുകൊണ്ട് പ്രാവർത്തികമാകുന്നില്ല എന്ന് എന്നെപ്പോലുള്ളവർ ചിന്തിച്ചു. നെഹ്റുവിനെ പോലുള്ളവർ പറഞ്ഞതൊന്നും പ്രാവർത്തികമാവാത്തതെന്തേയെന്നും ചിന്തിച്ചു. പഞ്ചവത്സര പദ്ധതികൾ യഥാർത്ഥ അർത്ഥത്തിൽ പ്രാവർത്തികമായില്ല; എവിടെയാണ് തെറ്റുപറ്റിയതെന്ന് ഞങ്ങളെപ്പോലെയുള്ളവർ ആലോചിച്ചു... എല്ലാ സൗകര്യങ്ങളും ലഭ്യമാകുന്ന ഒരാളാണ് ഞാനുമെന്നതിൽ കുറ്റബോധമുണ്ടായിരുന്നു. സെന്റ് സ്റ്റീഫൻസിൽവെച്ചാണ് ഞാൻ എസ് എഫ് ഐ യെ അറിയുന്നത്. സെന്റ് സ്റ്റീഫൻസ് ചുവന്നു തുടങ്ങുകയായിരുന്നു. പിന്നീട് ജെ എൻ യുവിൽ ചേർന്നപ്പോഴാണ് കൂടുതൽ കെട്ടുറപ്പുള്ള സംഘടന കാണുന്നത്. അങ്ങനെ പൂർണ്ണ അർത്ഥത്തിൽ എസ് എഫ് ഐ ആയി.

ദേശാഭിമാനി വാരികയ്ക്കുവേണ്ടി സാജൻ എവുജിനും എൻ എസ് സജിത്തും നടത്തിയ അഭിമുഖത്തിൽ തന്റെ രാഷ്ട്രീയ നിലപാടുകൾ വളരെ കൃത്യതയോടെ യെച്ചൂരി പ്രകടിപ്പിക്കുന്നു. യുവതലമുറയുടെ വിശ്വാസം ആർജ്ജിക്കുന്നതിൽ വിജയിക്കാനായിട്ടുണ്ടോ എന്ന ചോദ്യത്തിന് അദ്ദേഹം നല്കിയ മറുപടി വളരെ കൃത്യമാണ്. സാധാരണ ബൂർഷ്വാ രാഷ്ട്രീയ നേതാക്കളെപ്പോലെ അവ്യക്തഗീർവാണങ്ങളല്ല രാഷ്ട്രീയമായ ബോദ്ധ്യമാണ് ആ മറുപടിയിൽ നിറഞ്ഞുനിന്നത്:

> വികസനത്തെക്കുറിച്ചു ധാരാളം ചർച്ചകളും പ്രചാരണങ്ങളും നടക്കുന്നുണ്ട്. പലരും ഇക്കാര്യത്തിൽ തെറ്റിദ്ധാരണയിൽ കുടുങ്ങിയിരിക്കുന്നു. പ്രത്യേകിച്ച് യുവതലമുറ, കാരണം യാഥാർത്ഥ്യം അവർക്കു മുന്നിൽ വെളിപ്പെടുത്തിയിട്ടില്ല. ഇന്ത്യയുടെ ആഭ്യന്തര മൊത്ത വരുമാനത്തിന്റെ പകുതിയോളം കൈയാളുന്നത് ശതകോടി ഡോളറിലേറെ ആസ്തിയുള്ള ഏതാനും കുടുംബങ്ങളാണ്. അതായത് 6500 കോടി രൂപയിൽപ്പരം ആസ്തിയുള്ളവർ ശേഷിക്കുന്ന 120 കോടിയിൽപ്പരം ജനങ്ങൾക്ക് പങ്കിടാനുള്ളത് രാജ്യത്തെ സമ്പത്തിന്റെ മറുപകുതിമാത്രമാണ്. നവ ഉദാരസാമ്പത്തിക നയങ്ങൾ ധനികരും ദരിദ്രനും തമ്മിലുള്ള അന്തരം വർദ്ധിപ്പിക്കുകയാണ്. കഴിഞ്ഞ വർഷം രാജ്യത്തെ സമ്പന്നർക്ക് നല്കിയ നികു

തിയിളവ് 6 ലക്ഷം കോടി രൂപ കവിഞ്ഞു. ഇത് ഒഴിവാക്കിയ നികുതിയുടെ കണക്കല്ല. നിയമപരമായി പിരിക്കേണ്ട നികുതി ഈടാക്കാത്തതാണ്. ഇത്തരം കാര്യങ്ങൾ മുഖ്യധാരാ മാധ്യമങ്ങൾ കാണുന്നില്ല. ഉപരിപ്ലവമായ വിഷയങ്ങളിലാണ് മാധ്യമങ്ങൾ അഭിരമിക്കുന്നത്. ഈ സാഹചര്യത്തിൽ യാഥാർത്ഥ്യം ജനങ്ങളിൽ വിശിഷ്യാ യുവജനങ്ങളിൽ എത്തിക്കാൻ ഇടതുപക്ഷം ബദൽ പ്രചാരണ മാർഗ്ഗങ്ങൾ കണ്ടെത്തണം.

ഇന്ത്യയിലെ മാധ്യമ പ്രവർത്തകരിൽ പ്രമുഖനായ വെങ്കിടേഷ് രാമകൃഷ്ണനും കുനാൽ ശങ്കറും *ഫ്രണ്ട് ലൈനി*നുവേണ്ടി യെച്ചൂരിയുമായി നടത്തിയ അഭിമുഖം പലതുകൊണ്ടും സവിശേഷമാണ്. നരസിംഹറാവുവിന്റെ ഭരണകാലത്ത് യെച്ചൂരിയെ ക്യാബിനറ്റിലേക്കു ക്ഷണിച്ചപ്പോൾ അതിനദ്ദേഹം നല്കിയ മറുപടി ആമുഖമായി ആ അഭിമുഖത്തിൽ ചേർത്തിരിക്കുന്നു. താൻ എന്തിനുവേണ്ടിയാണ് നിലകൊള്ളുന്നത് എന്നതിനെപ്പറ്റി യെച്ചൂരിക്കുള്ള ഉറച്ച ധാരണ വെളിപ്പെടുത്തുന്നതാണ് ഈ അഭിമുഖം.

പാർട്ടിയെ ശക്തിപ്പെടുത്താൻ പാർട്ടി കോൺഗ്രസ് നല്കിയ ഊന്നൽ ഈ കാലഘട്ടം ആവശ്യപ്പെടുന്ന മതേതര ശക്തികളുമായുള്ള വിശാല ഐക്യം എന്ന കാഴ്ചപ്പാടുമായി എങ്ങനെ പൊരുത്തപ്പെടുമെന്ന ചോദ്യത്തിന് യെച്ചൂരി നല്കിയ മറുപടിയിൽ ഇടതുപക്ഷത്തിന്റെ യഥാർത്ഥ ദൗർബ്ബല്യവും അതു മറികടക്കാനുള്ള ശരിയായ വഴിയും സ്പഷ്ടതയോടെ പ്രതിപാദിക്കപ്പെട്ടു:

> മാറിയ രാഷ്ട്രീയ സാഹചര്യമനുസരിച്ചാണ് രാഷ്ട്രീയ അടവുനയം രൂപപ്പെടുത്തുന്നത്. രാഷ്ട്രീയവും സംഘടനാപരവുമായ ശക്തിയാണ് പാർലമെന്ററി അഥവാ തിരഞ്ഞെടുപ്പു വിജയത്തിൽ നിർണ്ണായക ഘടകമെന്നതു കൊണ്ടാണ് സ്വയം ശക്തിപ്രാപിക്കലാണ് ഈ രാഷ്ട്രീയ സാഹചര്യത്തിൽ പാർട്ടിയുടെ മുഖ്യ കടമ എന്ന നിഗമനത്തിലെത്തിയത്. ഇതു നിർവ്വഹിക്കുന്നത് പാർലമെന്റിനകത്തും പുറത്തുമുള്ള പ്രവർത്തനങ്ങളെ ഏകോപിപ്പിച്ചുകൊണ്ടാവണമെന്നും ഞങ്ങൾ തീരുമാനിച്ചിട്ടുണ്ട്. ഞങ്ങളുടെ സ്വന്തം ശക്തി ബലപ്പെടുത്താതെ ഇതര മതേതര കക്ഷികളുമായുള്ള ഐക്യം എന്ന ലക്ഷ്യം നേടാനാവില്ല. ഞങ്ങളുടെ വർദ്ധിച്ച സാന്നിദ്ധ്യവും ശക്തിയും ഉറപ്പിക്കാതെ അത്തരമൊരു ഐക്യം തന്നെ സാദ്ധ്യമാവുകയില്ല എന്നതാണ് നേര്. എന്നാൽ പ്രശ്നങ്ങളുടെയടിസ്ഥാനത്തിൽ മതേതര സംവിധാനങ്ങളുമായുള്ള യോജിച്ച പ്രവർത്തനത്തിന് എപ്പോഴും ഇടമുണ്ടാകും. അത് പ്രാവർത്തികമാവുകതന്നെ ചെയ്യും. ഉദാഹരണത്തിന് ഭൂമി ഏറ്റെടുക്കൽ നിയമത്തിനെതിരെ ഏറെക്കുറെ യോജിച്ചു നിന്ന പ്രതി

പക്ഷ പാർട്ടികൾക്ക് ധാതുനിയമത്തിന്റെ കാര്യത്തിലോ കൽക്കരി പുനർലേലത്തിന്റെ കാര്യത്തിലോ ഒരേ നിലപാടുകളല്ല ഉള്ളത്.

സി പി ഐ (എം) നേതാക്കളോട് സംസാരിക്കുമ്പോൾ മാധ്യമപ്രവർത്തകർ എപ്പോഴും ഊന്നുന്ന ഒരു ചോദ്യമുണ്ട്. എന്തുകൊണ്ട് പശ്ചിമ ബംഗാളിൽ സി പി ഐ (എം)ന് തിരിച്ചടി നേരിട്ടു. ഇനി ആ തിരിച്ചടിയിൽ നിന്നും കരകയറുമോ. അത്തരമൊരു ചോദ്യത്തിന് യെച്ചൂരി നല്കുന്ന മറുപടി ചരിത്രപാഠങ്ങൾ ചൂണ്ടിക്കാട്ടിയാണ്. 21-ാം പാർട്ടി കോൺഗ്രസിനു മുന്നോടിയായി *ഹിന്ദു* ദിനപത്രത്തിനു വേണ്ടി മാധ്യമ പ്രവർത്തകരായ വർഗ്ഗീസ് ജോർജ്ജും അജിത ജോഷയും നടത്തിയ അഭിമുഖത്തിൽ തിരിച്ചടിയുടെയും തിരിച്ചുവരവിന്റെയും കാര്യങ്ങൾ ചുരുങ്ങിയ വാക്കുകളിൽ പങ്കുവയ്ക്കുന്നു:

> ബംഗാളിൽ ഇപ്പോഴത്തെ രാഷ്ട്രീയം ഭീകരതയുടെയും അക്രമത്തിന്റെയുമാണ്. ജനങ്ങളെയും പാർട്ടിയെയും തമ്മിൽ ബന്ധിപ്പിച്ചിരുന്ന പ്രധാനപ്പെട്ട നേതാക്കളും കാഡർമാരും അക്രമത്തിനിരയാവുകയോ വകവരുത്തപ്പെടുകയോ ചെയ്തതിനാൽ ചിലർ സി പി ഐ (എം) ദുർബ്ബലപ്പെട്ടുവെന്നും അതിനാൽ തങ്ങൾക്ക് സുരക്ഷിതത്വം നല്കാൻ പാർട്ടിക്ക് കഴിയുകയില്ലെന്നും കരുതി. ബി ജെ പി കേന്ദ്രഭരണം കൈയാളുന്ന പാർട്ടിയാകയാൽ തങ്ങൾക്ക് സംരക്ഷണം നല്കാൻ അവർക്കു കഴിയുമെന്നവർ പ്രതീക്ഷിച്ചു. മുനിസിപ്പാലിറ്റികളിലേക്കു നടന്ന തിരഞ്ഞെടുപ്പു ഫലത്തിലേക്കു നോക്കുകയാണെങ്കിൽ ചിത്രമൊക്കെ മാറി വരുന്നതായി നിങ്ങൾക്കു കാണുവാൻ കഴിയും. സി പി ഐ (എം) ഒറ്റപ്പെട്ടു എന്ന പ്രചാരണം ഇപ്പോൾ തീർത്തും നിലനില്ക്കുന്നില്ല. ആളുകളുടെ വിശ്വാസം വീണ്ടെടുക്കാനുള്ള പ്രക്രിയ ബംഗാളിൽ തുടങ്ങിക്കഴിഞ്ഞു. ഞങ്ങൾക്കെതിരായി നടക്കുന്ന അക്രമങ്ങളുടെ തീവ്രതയാണ് അതിന്റെ ഗതി നിർണ്ണയിക്കുന്നത്.

സി പി ഐ (എം) ജനറൽ സെക്രട്ടറിയായി സീതാറാം യെച്ചൂരി വരുമ്പോൾ മാധ്യമങ്ങൾ പലതരത്തിലുള്ള വ്യാഖ്യാനങ്ങൾ നല്കി. തലപ്പത്തുള്ള ആൾ മാറുന്നതനുസരിച്ചല്ല വിപ്ലവപ്രസ്ഥാനങ്ങളിൽ നിലപാടുകൾ മാറുന്നതെന്ന് യെച്ചൂരി വ്യക്തമാക്കി. കൂട്ടായ ആലോചനയും പ്രവർത്തനവുമാണ് പാർട്ടിക്കുള്ളത്. കോൺഗ്രസും ബി ജെ പിയും ഒരേ സാമ്പത്തികനയങ്ങളാണ് നടപ്പിലാക്കുന്നത്. അതുകൊണ്ടുതന്നെ ഒരേ വർഗ്ഗത്തിന്റെ താല്പര്യമാണ് അവർ ഉയർത്തിപ്പിടിക്കുന്നത്. ജനങ്ങളെ ജാതിയുടെയും മതത്തിന്റെയും അടിസ്ഥാനത്തിൽ ഭിന്നിപ്പിച്ച് രാജ്യത്തിന്റെ മതേതര സ്വഭാവം തകർക്കുന്ന സംഘപരിവാറിനും അതിന് നേതൃത്വം നല്കുന്ന ഭരണത്തിനും എതിരായ വിശാലമായ ഐക്യം സുസാദ്ധ്യമാക്കുന്നത് സി പി ഐ (എം) നെ ശക്തിപ്പെടുത്തിക്കൊണ്ടു

മാത്രമാണെന്ന് യെച്ചൂരി പറയുമ്പോൾ അതൊരു വെറും പറച്ചിലല്ല. പാർലമെന്റിനകത്തും പുറത്തുമുള്ള പ്രവർത്തനങ്ങളിൽ ഇടതുപക്ഷത്തിന്റെ ഇടപെടൽ ശേഷി വർദ്ധിപ്പിക്കണമെങ്കിൽ സി പി ഐ (എം) സ്വയം ശക്തമാകണം, ഇടതുപക്ഷ ഐക്യം വിപുലമാക്കണം, മതേതര ശക്തികളുടെ ഏകോപനം ഉണ്ടാക്കണം. സ്വയം ശക്തിപ്പെടാനുള്ള ഇച്ഛാശക്തി പ്രകടിപ്പിച്ചിട്ടുള്ള ഒരു പ്രസ്ഥാനവും അതിന്റെ അമരക്കാരനും ഇന്ത്യൻ രാഷ്ട്രീയ മണ്ഡലത്തിൽ വേറിട്ടുതന്നെ നില്ക്കുന്നു.

21–ാം പാർട്ടി കോൺഗ്രസിനു തൊട്ടു മുമ്പും ശേഷവുമായി നടന്ന അനവധി അഭിമുഖങ്ങളിൽ നിന്നും തെരഞ്ഞെടുത്ത ഏതാനും അഭിമുഖങ്ങളാണ് ഈ പുസ്തകത്തിൽ ചേർത്തിട്ടുള്ളത്. ഈ അഭിമുഖങ്ങൾ നടത്തിയ മാധ്യമ പ്രവർത്തകരോടും അവർ പ്രതിനിധാനം ചെയ്യുന്ന മാധ്യമ സ്ഥാപനങ്ങളോടും ഞങ്ങൾക്കുള്ള കടപ്പാട് ഇവിടെ രേഖപ്പെടുത്തുന്നു.

രാധാകൃഷ്ണൻ ചെറുവല്ലി
എം രാജീവ്

ജനകീയസമരങ്ങളിലൂടെ മാത്രമെ പാർട്ടിക്കു വളരാനാവൂ

സീതാറാം യെച്ചൂരി/ജോൺബ്രിട്ടാസ്

നമസ്കാരം, മലയാളം മനസ്സിലാവുമോ?

മലയാളം വല്ലാതെ അറിയില്ല, ഞാൻ തെലുങ്കനാണ്.

പക്ഷേ, താങ്കൾ മലയാളം സംസാരിക്കുന്നത് ഞാൻ കണ്ടിട്ടുണ്ട്.

അതെ, കുറച്ചൊക്കെ മലയാളം ഞാൻ സംസാരിക്കും

എനിക്ക് താങ്കളെ 80കളുടെ മദ്ധ്യംതൊട്ട് അറിയാം. ഞങ്ങൾ ആരും താങ്കൾ ഉള്ളപ്പോൾ മലയാളത്തിൽ രഹസ്യം പറയാറില്ല.

അത് ശരിയാണ്. പലരും ചോദിക്കാറുണ്ട് എന്താണ് താങ്കൾ മലയാളം പഠിക്കാത്തതെന്ന്. ഞാൻ പറയും, എനിക്ക് മലയാളമറിയാം പക്ഷേ എനിക്ക് മലയാളം അറിയാമെന്ന് ആരും മനസ്സിലാക്കരുതെന്ന്. അങ്ങനെയാണെങ്കിൽ ഭാഷ അറിയുന്നതിന്റെ ഗുണം ഇല്ലാതാകും (ചിരിക്കുന്നു).

ചിലർ പറയാറുണ്ട് ചില വാക്കുകളുടെ കാര്യത്തിലെങ്കിലും ശരാശരി മലയാളിയേക്കാൾ സ്ഫുടത താങ്കൾക്കുണ്ടെന്ന്.

ശരിയാണ്, തെലുഗു പോലെ മലയാളത്തിനും സംസ്കൃതവുമായി ബന്ധമുണ്ട്. തമിഴിന്റെ ദ്രാവിഡസ്വാധീനവും മലയാളത്തിനുണ്ട്, എനിക്ക് തമിഴ് അറിയുകയും ചെയ്യാം.

പാർട്ടിയുടെ ഒരു അനുഭാവി എന്നോട് പറഞ്ഞു താങ്കളുമായുള്ള അഭിമുഖത്തിൽ ഒരു വാചകത്തിലെ ഒരു വാക്കെങ്കിലും മലയാളത്തിൽ പറയണമെന്ന്..

അങ്ങിനെയല്ല, എനിക്ക് മലയാളത്തിൽ പറയാനുള്ളത് "സഖാക്കളെ സുഹൃത്തുക്കളെ, എനിക്ക് മലയാളം വല്ലാതെ അറിയില്ല. എന്റെ മാതൃ ഭാഷ തെലുഗുവാണ്. അതുകൊണ്ടാണ് ഞാൻ ഇംഗ്ലീഷിൽ സംസാരിക്കുന്നത്."

നന്നായി മലയാളം പറയുന്നുണ്ടല്ലോ.

(ചിരിക്കുന്നു)

സീതാറാം യെച്ചൂരി, ഞാൻ നിരവധി ചോദ്യങ്ങൾ പാർട്ടിക്കാരിൽ നിന്നും, അനുഭാവികളിൽ നിന്നും, സാധാരണക്കാരിൽ നിന്നും, സി പി ഐ(എം) നെ സസൂക്ഷ്മം നിരീക്ഷിക്കുന്നവരിൽനിന്നും ശേഖരിച്ചിട്ടുണ്ട്. അതെല്ലാം താങ്കളുടെ മുന്നിൽ വയ്ക്കുകയാണ്.

സ്വാഗതം.

ആദ്യംതന്നെ താങ്കളുടെ സ്ഥാനലബ്ധിയിൽ കേരളത്തിനും കൈരളിക്കുമുള്ള ആശംസ അറിയിക്കട്ടെ.

ഒരു വലിയ ഉത്തരവാദിത്വം ആണ് എന്നിൽ അർപ്പിച്ചിട്ടുള്ളത്. പാർട്ടിയെ വളർത്തുക എന്നത് മാത്രമല്ല, രാജ്യത്തിന്റെ സ്ഥിതിഗതികൾ എന്തായാലും അവയിൽ ക്രിയാത്മകമായി ഇടപെടാനും ജനങ്ങളുടെ പ്രശ്നങ്ങളിൽ കൂടുതൽ ശക്തമായി ഇടപെടാനുതകും വിധം പാർട്ടിയെ സജ്ജമാക്കുകയെന്നതും പ്രധാനമാണ്. കമ്യൂണിസ്റ്റ് പ്രസ്ഥാനങ്ങളുടെ പ്രസക്തി വർദ്ധിച്ചു വരുന്ന കാലത്താണ് നാം ജീവിക്കുന്നത്. മുതലാളിത്തത്തിനെതിരെ ആഗോള തലത്തിൽ തന്നെ ശക്തമായ പ്രതിരോധമാണ് ഉയരുന്നത്. മുതലാളിത്ത രാജ്യങ്ങളിൽ തന്നെ പ്രതിഷേധങ്ങൾ ഉയർന്നു വരികയാണ്. വാൾസ്ട്രീറ്റ് പിടിച്ചെടുക്കലൊക്കെ ഇതിനുദാഹരണമാണ്. എന്തിന് പോപ്പ് പോലും കാരണങ്ങൾ തേടി മാർക്സിന്റെ *മൂലധനം* വായിക്കുന്നു.

താങ്കൾക്കുള്ളത് വളരെ വലിയ ഒരു ഉത്തരവാദിത്വമാണ്. താങ്കളതിന്റെ ഗൗരവം പൂർണ്ണമായി ഉൾക്കൊണ്ട് കഴിഞ്ഞോ?

ശരിയാണ്, ജനങ്ങൾ നല്കുന്ന പ്രോത്സാഹനം എന്നെ അമ്പരപ്പിക്കുന്നു. അത് കൂടുതൽ ഉത്തരവാദിത്വം എന്നിൽ ഉണ്ടാക്കുന്നു. ഈ വിശ്വാസം പാർട്ടിയുടെ സംഘടനാശക്തി വർദ്ധിപ്പിക്കാനും കൂടുതൽ പ്രവർത്തന സജ്ജമാക്കാനും സഹായിക്കും. അതിലുമുപരി ജനദ്രോഹ നടപടികൾക്കെതിരായ ബദൽ നയം നടപ്പാക്കാനുള്ള പ്രേരണയുമാവും.

വിദ്യാർത്ഥി ജീവിതകാലത്തേ താങ്കൾ കമ്യൂണിസ്റ്റ് ആശയങ്ങളിൽ ആകൃഷ്ടനായി. താങ്കളെ സ്വാധീനിച്ച വ്യക്തികൾ, വായിച്ച പുസ്തകങ്ങൾ.

70 കളിലെ യുവത്വമാണ് ഞങ്ങൾ. ബിരുദവും ബിരുദാനന്തര ബിരുദവുമൊക്കെ 70 കളിലാണ്. തൊഴിൽരഹിതരുടെ എണ്ണം വൻതോതിൽ വർദ്ധിച്ച കാലവുമായിരുന്നു അത്. സ്വാതന്ത്ര്യ സമരവും മറ്റ് പോരാട്ടങ്ങളുമെല്ലാം നല്കിയ വലിയ പ്രതീക്ഷകൾ ജനങ്ങൾക്കുണ്ടായിരുന്നു. എന്നാൽ ആ പ്രതീക്ഷകൾ എല്ലാം അസ്ഥാനത്തെന്ന് ജനം തിരിച്ചറിഞ്ഞ കാലം. എല്ലാവർക്കും തൊഴിൽ, എല്ലാവർക്കും വിദ്യാഭ്യാസം, എല്ലാവർക്കും ആരോഗ്യം തുടങ്ങിയ മുദ്രാവാക്യങ്ങൾ മുദ്രാവാക്യം മാത്രമായിപ്പോയി എന്ന തിരിച്ചറിവ് ഉല്പതിഷ്ണുക്കളായ യുവാക്കളെ വിപ്ലവ പ്രസ്ഥാനങ്ങളിലേക്ക് ആകർഷിച്ചു. ദാരിദ്ര്യം കൊടുമ്പിരിക്കൊള്ളുമ്പോൾ സ്വാതന്ത്ര്യലബ്ധിക്കു ശേഷം നമ്മൾ നേടിയെടുക്കാൻ ആഗ്രഹിച്ച കാര്യങ്ങൾ എന്തുകൊണ്ട് നേടിയെടുക്കാനായില്ല എന്ന് എല്ലാവരും ചിന്തിച്ചു. ഈ മുദ്രാവാക്യങ്ങൾ പ്രാവർത്തികമാക്കാനുള്ള ആത്മാർത്ഥത ഇടതുപക്ഷത്തിന്, പ്രത്യേകിച്ച് സി പി ഐ (എം) ന് മാത്രമാണുള്ളതെന്ന തിരിച്ചറിവാണ് ഞാൻ അടക്കമുള്ളവരെ കമ്യൂണിസ്റ്റ് പ്രസ്ഥാനങ്ങളിലേക്ക് ആകർഷിച്ചത്.

താങ്കളുടെ നാട് ആന്ധ്രയാണ്. ആന്ധ്രയിലെ ഗ്രാമങ്ങളിൽ താങ്കൾ കണ്ട ചൂഷണങ്ങളാണോ താങ്കളെ കമ്യൂണിസ്റ്റ് പാതയിലെത്തിച്ചത്.

ജന്മിത്തത്തിന്റെ വിവിധ ഭാവങ്ങളും നിസാം ഭരണത്തിന്റെ അവശിഷ്ടങ്ങളും ആന്ധ്രയിലെ ഗ്രാമങ്ങളിൽ കണ്ടിരുന്നു. കാർഷിക മേഖല പൂർണ്ണമായും ചൂഷണത്തിന്റേതായിരുന്നു. ഇത് എന്നിലെ മനുഷ്യസ്നേഹിയിൽ കടുത്ത പ്രതിഷേധം സൃഷ്ടിച്ചിരുന്നു. ഈ ചൂഷണ വ്യവസ്ഥിതിയിൽ നിന്ന് ജനത്തെ മോചിപ്പിക്കുന്ന പ്രത്യയശാസ്ത്രത്തെക്കുറിച്ചുള്ള അന്വേഷണമാണ് എന്നെ കമ്യൂണിസ്റ്റാക്കിയത്.

സമ്പന്ന കുടുംബാംഗങ്ങൾ രാഷ്ട്രീയത്തിലേക്ക്, പ്രത്യേകിച്ച് കമ്യൂണിസ്റ്റ് രാഷ്ട്രീയത്തിലേക്ക് വരുന്ന കാലമായിരുന്നില്ല അത്. എന്നിട്ടും എതിർപ്പുകൾ മറികടന്ന് സീതാറാം കമ്യൂണിസ്റ്റായി.

കാലഘട്ടത്തിന്റെ സൃഷ്ടിയാണ് മനുഷ്യൻ. 60 കളും 70 കളും വല്ലാത്ത കാലഘട്ടമായിരുന്നു. അക്കാലത്ത് 4 ശതമാനം ആളുകൾക്കേ ഉന്നത വിദ്യാഭ്യാസം ലഭ്യമായിരുന്നുള്ളു. സാർവ്വത്രിക വിദ്യാഭ്യാസം എന്ന ആശയം സ്വാതന്ത്ര്യം കിട്ടി ഇരുപതിലധികം വർഷം കഴിഞ്ഞിട്ടും എന്തു കൊണ്ട് പ്രാവർത്തികമാകുന്നില്ല എന്ന് എന്നെപ്പോലുള്ളവർ ചിന്തിച്ചു. നെഹ്റുവിനെപ്പോലുള്ളവർ പറഞ്ഞതൊന്നും പ്രാവർത്തികമാകാത്തതെന്തേ എന്നും ചിന്തിച്ചു. പഞ്ചവത്സര പദ്ധതികൾ യഥാർത്ഥ അർത്ഥത്തിൽ പ്രാവർത്തികമായില്ല. എവിടെയാണ് തെറ്റ് പറ്റിയതെന്ന് ഞങ്ങളെ പോലുള്ളവർ ആലോചിച്ചു. ഹൈദരാബാദിൽ അന്ന് സി പി ഐ (എം) ഉണ്ടായിരുന്നില്ല. എസ് എഫ് ഐ അടക്കമുള്ള സംഘടനകളും രൂപീകൃതമായിട്ടില്ല. സി ഐ ടി യു പോലും ഇല്ല. ഈ കാലഘട്ടം ബദലിന് വേണ്ടിയുള്ള അന്വേഷണം ആയിരുന്നു. ഉസ്മാനിയ സർവ്വകലാശാലയിലെ ജോർജ്ജ് റെഡ്ഡിയെപ്പോലുള്ളവർ നിരന്തരം ഇക്കാര്യങ്ങൾ സംസാരിച്ചു. പ്രാഥമിക ചോദ്യം ഇന്ത്യക്ക് എവിടെ തെറ്റ് പറ്റിയെന്നായിരുന്നു. ഭാവിയിലേക്ക് ഇനിയെന്ത് എന്ന് ഉല്പതിഷ്ണുക്കൾ സ്വയം ചോദിച്ചു കൊണ്ടിരുന്നു. ഒപ്പം ഒരു കുറ്റബോധവുമുണ്ടായിരുന്നു എല്ലാ സൗകര്യങ്ങളും ലഭ്യമാകുന്ന നാലു ശതമാനത്തിൽ ഒരാളാണ് ഞാനുമെന്നതിൽ. പാവപ്പെട്ടവർക്കായി എന്തെങ്കിലും ചെയ്യണമെന്ന് മനസ്സു പറഞ്ഞുകൊണ്ടേ ഇരുന്നു. തീവ്ര ഇടതു പ്രസ്ഥാനങ്ങൾ സജീവമായിരുന്ന കാലംകൂടി ആയിരുന്നു അത്.

ഇത്തരത്തിലുള്ള തീവ്ര ഇടതു സംഘടനകളോട് താങ്കൾക്ക് താല്പര്യം ഉണ്ടായിരുന്നോ.

എന്റെ സുഹൃത്തുക്കളിൽ ചിലർ ഇതിന്റെ ഭാഗമായിരുന്നു. ഞങ്ങളിൽ ആർക്കും ഒരു യഥാർത്ഥ ചിത്രമുണ്ടായിരുന്നില്ല.

ആർക്കും വ്യക്തമായ ചിത്രം ഉണ്ടായിരുന്നില്ല, ആശയക്കുഴപ്പം ആയിരുന്നോ എല്ലാവർക്കും.

ശരിയാണ്. എന്താണ് സി പി ഐ (എം)ഉം നക്സൽ സംഘടനകളും തമ്മിലുള്ള വ്യത്യാസം എന്നതു പോലും വ്യക്തമായിരുന്നില്ല. എന്തെങ്കിലും ചെയ്യണമെന്നത് മാത്രമായിരുന്നു ചിന്ത. തുടക്കത്തിൽ ഞാനും ഈ സംഘടനകളിൽ ആകൃഷ്ടനായിരുന്നു.

നക്സൽ പ്രസ്ഥാനത്തിന്റെ ഒരു നിഴൽ താങ്കളുടെമേലും പതിഞ്ഞിരുന്നു.

പൂർണ്ണ അർത്ഥത്തിൽ അല്ല. ആ നിഴൽ അക്ഷമയുടേതായിരുന്നു. ആ സമയത്ത് പ്രത്യയശാസ്ത്ര അറിവുകൾ പരിമിതമായിരുന്നു. ചൈനീസ് പാത, റഷ്യൻ പാത എന്നൊക്കെ കേട്ടിട്ടുണ്ടെങ്കിലും യഥാർത്ഥ അറിവ് തികച്ചും പരിമിതമായിരുന്നു

തെലങ്കാനാ സമരം താങ്കളുടെ വിദ്യാഭ്യാസത്തെവരെ ബാധിച്ചു. സമരം രാഷ്ട്രീയമായി താങ്കളെ എങ്ങനെ സ്വാധീനിച്ചു.

രാഷ്ട്രീയമായി വലിയ സ്വാധീനമാണ് തെലങ്കാന സംസ്ഥാനത്തിനു വേണ്ടിയുള്ള സമരം ചെലുത്തിയത്. 1969 ൽ ശക്തമായ പ്രക്ഷോഭമാണ് നടന്നത്. എന്നെപ്പോലുള്ളവർക്ക് ഒരു അദ്ധ്യയന വർഷം തന്നെ നഷ്ടമായി. അപ്പോഴാണ് എന്റെ അച്ഛന് ദില്ലിയിലേക്ക് സ്ഥലംമാറ്റം ലഭിച്ചത്. ഹൈദരാബാദിൽ പ്രീ യൂണിവേഴ്സിറ്റിക്ക് പഠിക്കുകയായിരുന്ന ഞാനും അച്ഛന്റെ കൂടെ പോകേണ്ടി വന്നു. ആ സമരം ഒരർത്ഥത്തിൽ ഒരു തിരിച്ചറിവ് കൂടി ആയിരുന്നു. 1956ലാണ് ഭാഷാടിസ്ഥാനത്തിൽ സംസ്ഥാനങ്ങൾ രൂപം കൊള്ളുന്നത്. വിശാല ആന്ധ്രയിൽ വെറും 15 വർഷത്തിനുള്ളിൽ തന്നെ സംസ്ഥാനത്തിനകത്തെ വിഭജനത്തിനായി ആവശ്യം ഉയർന്നു. ഇന്ത്യൻ മുതലാളിത്ത പാതയിലെ ആദ്യ തിരിച്ചടികളിലൊന്ന് എന്ന് വേണമെങ്കിൽ തെലങ്കാന സമരത്തെ വിശേഷിപ്പിക്കാം. അവിടത്തെ പ്രശ്നം സാമ്പത്തിക പിന്നാക്കാവസ്ഥ തന്നെയാണ്.

പിന്നീട് അച്ഛനൊത്ത് താങ്കൾ ദില്ലിയിലെത്തി. മുടങ്ങിപ്പോയ ഒരു വർഷത്തെ പഠനം തുടരേണ്ടി വന്നു. സ്കൂളിന്റെ അഭിമാനമായി താങ്കൾ മാറി.

ദില്ലിയിലെത്തി ആ ഒരു വർഷത്തെ പഠനം വീണ്ടും തുടരേണ്ടി വന്നു. പ്രസിഡന്റ് എസ്റ്റേറ്റ് സ്കൂളിൽ ആയിരുന്നു ഞാൻ പഠിച്ചിരുന്നത്. സ്കൂളിനുള്ള ധനസഹായം ഞാൻ കാരണം ഇരട്ടിയായ ഒരു സംഭവം ഉണ്ടായിട്ടുണ്ട്. 1970 ലെ പരീക്ഷയിൽ ഞാൻ രാജ്യത്ത് തന്നെ ഒന്നാം സ്ഥാനത്തെത്തി. ഇങ്ങനെ ഒരു നേട്ടം സ്കൂൾ അധികൃതർ പ്രതീക്ഷി

ച്ചതേ ഇല്ല, ഞാനും. ഈ നേട്ടം സ്കൂളിനാണ് ഗുണം ചെയ്തത്. ബജറ്റ് വർദ്ധിച്ചു. പുതിയ കോഴ്സുകൾ തുടങ്ങാനായി. ഹയർ സെക്കൻഡറിക്ക് ശേഷം ഞാൻ സെന്റ് സ്റ്റീഫൻസിൽ ചേർന്നു.

സീതാറാം, ഉന്നത കുടുംബത്തിൽ ജനനം. പിന്നീട് ഇടത് പ്രസ്ഥാനത്തിലേക്ക്. പഠനം സെന്റ് സ്റ്റീഫൻസ് പോലുള്ള ഉന്നതകുലജാതർ പഠിക്കുന്ന സ്ഥാപനങ്ങളിൽ! എന്നിട്ടും ഇടതുപക്ഷ ചിന്ത വിടാതെ എങ്ങനെ നിലനിർത്തി?

സെന്റ് സ്റ്റീഫൻസിന് മുമ്പെ ഞാൻ സർക്കാർ സ്കൂളായ പ്രസിഡന്റ് എസ്റ്റേറ്റിൽ ആയിരുന്നില്ലേ. സെന്റ് സ്റ്റീഫൻസിൽ എത്തിയപ്പോൾ വെള്ളത്തിൽ നിന്ന് മാറ്റപ്പെട്ട മത്സ്യം പോലായി. ധനതത്ത്വശാസ്ത്ര ബിരുദത്തിന് ചേർന്നവരിൽ ഞങ്ങൾ മൂന്നു പേർ സർക്കാർ സ്കൂളിൽ നിന്നുള്ളവർ ആയിരുന്നു.

ഇപ്പോൾ സർക്കാർ സ്കൂളിൽ നിന്ന് ആരും അവിടെ ഉണ്ടാകണമെന്നില്ല.

ഞങ്ങൾക്ക് ശേഷം സർക്കാർ സ്കൂളിൽനിന്ന് വിദ്യാർത്ഥികളെ അവിടെ ചേർക്കുന്നുണ്ട്. സെന്റ് സ്റ്റീഫൻസിൽ നിന്നാണ് ഞാൻ എസ് എഫ് ഐ യെ അറിയുന്നത്. സെന്റ് സ്റ്റീഫൻ ചുവന്ന് തുടങ്ങുകയായിരുന്നു. ചെയർമാൻ മാവോയെ കുറിച്ചൊക്കെ ചർച്ചകൾ ഉയർന്നു കേട്ടു. 11 വിദ്യാർത്ഥികൾ രാഷ്ട്രീയ പ്രവർത്തനത്തിന് പുറത്താക്കപ്പെട്ടു. ധാരാളം സാംസ്കാരിക പ്രവർത്തനവും ഉണ്ടായിരുന്നു അവിടെ. ഹൈദരാബാദിൽ കണ്ട അതേ മാറ്റങ്ങൾ ഇവിടെയും ദൃശ്യമായിരുന്നു. പോസ്റ്ററുകളിലെല്ലാം ഇത് നിറഞ്ഞ് നിന്നു. അതിനിടെ അവിടെ എസ് എഫ് ഐ പിളർന്നു. ഇരു വിഭാഗവും പരസ്പരം പുറത്താക്കി. നല്ല അദ്ധ്യാപകർ ഉണ്ടായിരുന്നു സെന്റ് സ്റ്റീഫൻസിൽ. പങ്കജ് ഗാംഗുലിയെപ്പോലുള്ള അദ്ധ്യാപകർ ശരിയായ ദിശാബോധം നല്കി. ഇവിടെ വച്ചാണ് മാർക്സിയൻ ആശയങ്ങൾ എന്നിൽ കൂടുതൽ ശക്തിപ്പെടുന്നത്. പിന്നീട് ജെ എൻ യുവിൽ ചേർന്നപ്പോഴാണ് കൂടുതൽ കെട്ടുറപ്പുള്ള സംഘടന കാണുന്നത്. അങ്ങനെ പൂർണ്ണ അർത്ഥത്തിൽ എസ് എഫ് ഐ ആയി.

സീതാറാം, ഇതിനിടെ ദില്ലി സ്കൂൾ ഓഫ് ഇക്കണോമിക്സിൽ കുറച്ചു കാലം താങ്കൾ പഠിച്ചു.

ദില്ലി സ്കൂൾ ഓഫ് ഇക്കണോമിക്സിൽ ഞാൻ കുറച്ചു കാലം ഉണ്ടായിരുന്നു, അമർത്യാ സെന്നിനെ പോലുള്ളവരായിരുന്നു അദ്ധ്യാപകർ. അവിടെ ഒരു ക്ലാസിൽ തന്നെ 150 മുതൽ 200 വിദ്യാർത്ഥികൾ ഉണ്ടായിരുന്നു. അദ്ധ്യാപകൻ മൈക്രോഫോണിലൂടെയാണ് ക്ലാസെടുത്തിരു

ന്നത്. അതുകൊണ്ട് ജെ എൻ യു തുടങ്ങിയപ്പോൾ ഞാൻ അങ്ങോട്ട് മാറി. ജെ എൻ യുവിലും വലിയ മാറ്റങ്ങൾ ആയിരുന്നു. പ്രഭാത് പട്നായിക്കിനെ പോലുള്ള പ്രതിഭാശാലികളായ യുവ അദ്ധ്യാപകർ വിദ്യാർത്ഥികളിൽ വലിയ സ്വാധീനം ചെലുത്തി. എന്റെ ഗൈഡ് ആയിരുന്ന കൃഷ്ണ ഭരദ്വാജിനെ പോലുള്ള ധിഷണാശാലികളായ അദ്ധ്യാപകരുമുണ്ടായിരുന്നു. സമ്മർദ്ദങ്ങൾ ഉണ്ടായപ്പോൾ സീതാറാമിന്റെ രാഷ്ട്രീയം അല്ല പഠനമാണ് വിലയിരുത്തുന്നതെന്ന് അവർ സധൈര്യം പറഞ്ഞു.

താങ്കളിലെ കമ്യൂണിസ്റ്റിനെ പരുവപ്പെടുത്തിയെടുത്തത് ജെ എൻ യു കാലഘട്ടമാണ്. മൂന്ന് തവണ വിദ്യാർത്ഥി യൂണിയന്റെ പ്രസിഡണ്ട് ആയി താങ്കൾ തിരെഞ്ഞെടുക്കപ്പെട്ടു. ഇത് റെക്കോർഡ് ആണുതാനും.

ജെ എൻ യു കാലത്തിന്റെ സ്വാധീനം വലുതായിരുന്നു. 1973 മുതൽ 1979 വരെ ഞാൻ ജെ എൻ യു വിൽ ഉണ്ടായിരുന്നു. എം എയും പി എച്ച് ഡിയും ചെയ്തത് അവിടെയാണ്. രാജ്യത്ത് കടുത്ത അരക്ഷിതാവസ്ഥ നിലനില്ക്കുന്ന കാലമായിരുന്നു. ജനാധിപത്യ ധ്വംസനങ്ങൾ കിരാതമായ അടിയന്തരാവസ്ഥയിലേക്ക് വരെ എത്തി. വലിയ തരത്തിലുള്ള സമരങ്ങളും ഉയർന്നു വന്നു, റെയിൽവേ സമരം പോലെ. നക്സലൈറ്റ് പ്രസ്ഥാനങ്ങളുടെ വളർച്ചയും ഇക്കാലത്ത് ഉണ്ടായി. നിലവിലെ വ്യവസ്ഥിതിയോടുള്ള അമർഷമാണ് യുവാക്കളെ ഭരിച്ചിരുന്നത്.

മാറ്റം ഉടനെന്ന പ്രതീതി സൃഷ്ടിക്കാൻ ഇടതു മുന്നേറ്റങ്ങൾക്ക് കഴിഞ്ഞിരുന്നു. ഞാനൊരു കമ്യൂണിസ്റ്റായി രൂപപ്പെടുന്നത് ഇക്കാലത്താണ്.

അടിയന്തരാവസ്ഥക്കെതിരെയുള്ള പോരാട്ടത്തിൽ താങ്കളും പങ്കാളിയായി. ഒളിവുജീവിതം നയിച്ചു, അറസ്റ്റിലായി. ആ കാലഘട്ടത്തിന്റെ ഓർമ്മകളിലേക്ക് പോകുമ്പോൾ ഇപ്പോൾ എന്തു തോന്നുന്നു.

അടിയന്തരാവസ്ഥ പ്രഖ്യാപിച്ചത് അസാധാരണമായ പ്രതികരണങ്ങൾ നാട്ടിലുണ്ടാക്കി. അടിയന്തരാവസ്ഥക്കെതിരായ പോരാട്ടത്തിൽ ഞങ്ങൾ വിദ്യാർത്ഥികളും പങ്കു ചേർന്നു. ഡൽഹി പൊലീസ് *ജെ എൻ യു വിൽ* ഞങ്ങളെ അറസ്റ്റു ചെയ്യാനെത്തി. മൂന്ന് ഹോസ്റ്റലുകളാണ് *ജെ എൻ യു വിൽ* ഉണ്ടായിരുന്നത്. ഇതിൽ രണ്ടെണ്ണം ആൺകുട്ടികളുടേതും ഒരെണ്ണം പെൺകുട്ടികളുടേതും ആയിരുന്നു. പൊലീസ് ആദ്യം ബോയ്സ് ഹോസ്റ്റൽ റെയ്ഡ് ചെയ്തു. അടുത്തതായി അവർ പോയത് പെൺകുട്ടികളുടെ ഹോസ്റ്റലിലേക്ക് ആയിരുന്നു. ഞാനൊക്കെ മൂന്നാമത്തെ ഹോസ്റ്റലിൽ ആയിരുന്നു. പെൺകുട്ടികളുടെ ഹോസ്റ്റലിലേക്ക് പൊലീസെത്തിയതും വിവരം ക്യാംപസ് മുഴുവനറിഞ്ഞു. ഇത് അവിടെ നിന്ന് രക്ഷപ്പെടാൻ വേണ്ട സമയം തന്നു.

ഒളിവുജീവിതം ആശുപത്രിവാസക്കാലം കൂടി ആയിരുന്നു താങ്കൾക്ക്. ഒളിവിൽ കഴിഞ്ഞ താങ്കൾ പിന്നീട് പൊലീസ് പിടിയിലാവുന്നു.

പാർട്ടിയുടെ നിർദ്ദേശപ്രകാരമാണ് ഞാൻ ഒളിവിൽ പോയത്. ജൂലൈ മുതൽ നവംബർ അവസാനംവരെ. അപ്പോഴും പാർട്ടി പ്രവർത്തനം സജീവമായി നടത്തുന്നുണ്ടായിരുന്നു. അറസ്റ്റുകളെല്ലാം നടന്നിരുന്നത് രാത്രിയിലായിരുന്നതിനാൽ ഏറെ ശ്രദ്ധിക്കേണ്ടിയിരുന്നത് ആ സമയത്തായിരുന്നു. ഒരു രഹസ്യം ഞാൻ പറയാം, ദില്ലിയിൽ ഒളിവിൽ കഴിയാൻ പറ്റിയ സ്ഥലം ആശുപത്രികളാണ്. ഏറ്റവും സുരക്ഷിതം ഓൾ ഇന്ത്യ ഇൻസ്റ്റിറ്റ്യൂട്ട് ഓഫ് മെഡിക്കൽ സയൻസ് ആണ്. രാത്രിയിൽ അവിടെ ആയിരുന്നു വാസം. രോഗികളും കൂട്ടിരിപ്പുകാരുമായി നിരവധി പേർ മുറ്റത്തുണ്ടാകും. അവിടെ ആശുപത്രിയുടെ മദ്ധ്യത്തിൽ പുല്ത്തകിടിയിലായിരുന്നു അന്തിയുറങ്ങിയത്. അവിടെ കിടക്കുമ്പോൾ അങ്ങനെയാർക്കും കണ്ടുപിടിക്കാനാവില്ല. പക്ഷെ നവംബർ അവസാനം എന്റെ അച്ഛന് അസുഖം പിടിപെട്ടു. അദ്ദേഹത്തെ വെല്ലിങ്ടൺ ആശുപത്രിയിൽ പ്രവേശിപ്പിച്ചു. പിന്നീട് രാത്രികാലങ്ങളിൽ എനിക്ക് അച്ഛന് കൂട്ടിരിക്കേണ്ടിവന്നു. ഞാൻ രാത്രി വരുമ്പോൾ അമ്മ വീട്ടിൽപോകും. പക്ഷെ ഒരു ദിവസം ഡോക്ടർ വന്നു പറഞ്ഞു അച്ഛന്റെ അസുഖം ഭേദമായെന്നും വീട്ടിൽ കൊണ്ടുപോകാമെന്നും. ആ രാത്രിയിൽ ഞങ്ങൾ അച്ഛനെ വീട്ടിലേക്ക് കൊണ്ടു വന്നു. അടിയന്തരാവസ്ഥ പ്രഖ്യാപിച്ചതിനു ശേഷം ആദ്യമായി ഞാൻ വീട്ടിൽ അന്തിയുറങ്ങി. പുലർച്ചെ വീട്ടിൽനിന്ന് പൊലീസ് എന്നെ പിടികൂടി. അവർ ഞങ്ങളുടെ വീട് നിരീക്ഷിക്കുന്നുണ്ടായിരുന്നു.

താങ്കൾ അറസ്റ്റിലായെങ്കിലും അധികനാൾ ജയിലിൽ കിടക്കേണ്ടി വന്നില്ല. ജാമ്യം ലഭിക്കുന്ന വകുപ്പുകളായതിനാൽ വേഗം പുറത്തു കടക്കാനായി.

അന്ന് എഫ് ഐ ആർ എഴുതിയ പൊലീസുകാരന് പറ്റിയ അബദ്ധം ആയിരുന്നു അത്. സി ആർ പി എഫ് വകുപ്പുകളാണ് ചുമത്തിയത്. പൊലീസ് എന്നെ പാർലമെന്റ് സ്ട്രീറ്റിലെ കോടതിയിൽ ഹാജരാക്കി. ജാമ്യം ലഭിക്കുന്ന വകുപ്പായിരുന്നതിനാൽ കോടതി ജാമ്യം അനുവദിച്ചു. പാർട്ടി നിർദ്ദേശപ്രകാരം ജാമ്യമെടുത്ത് ഞാൻ വീണ്ടും ഒളിവിൽ പോയി.

ഒളിവുകാല രാഷ്ട്രീയ പ്രവർത്തനത്തിന്റെ ഭാഗമായാണ് താങ്കൾ ഉൾപ്പെടെയുള്ളവർ 'പ്രതിരോധം' തുടങ്ങുന്നത്. ആയിടക്ക് ജെ എൻ യു വിൽ പൊലീസിന്റെ കിഡ്നാപ്പിങ് നാടകവും നടന്നു.

ജെ എൻ യു വിൽ ഞങ്ങൾ രൂപം നല്കിയ സംഘത്തിന്റെ പേരായിരുന്നു 'പ്രതിരോധം'. വിദ്യാർത്ഥികൾക്കു നേരെ ശക്തമായ ആക്രമണങ്ങളുണ്ടായി. അടിയന്തരാവസ്ഥക്കാലത്തു തന്നെ ഞങ്ങൾ

അവിടെ സമരം സംഘടിപ്പിച്ചിരുന്നു. കുപ്രസിദ്ധ കിഡ്നാപ്പിങ് കേസ് അരങ്ങേറുന്നത് ഈ സമരത്തിനിടക്കാണ്. ഷാ കമീഷൻ റിപ്പോർട്ടിൽ പരാമർശിക്കപ്പെട്ട ആറ് കിഡ്നാപ്പിങ് കേസുകളിൽ ഒന്ന് ഞങ്ങളുടെ കൂടെ പഠിച്ചിരുന്ന പ്രദീർ പുരകായസ്തയുടേതായിരുന്നു.

ആയിടക്ക് താങ്കളും സംഘവും മേനകാ ഗാന്ധിയെ തടഞ്ഞു. വലിയ പൊലീസ് നടപടികൾക്ക് ഇത് കാരണമായി.

സമരത്തിന്റെ ഭാഗമായ പിക്കറ്റിങ് ആയിരുന്നു അത്. അന്നവർ മേനകാ ഗാന്ധി അല്ലായിരുന്നു, മേനകാ ആനന്ദ് ആയിരുന്നു. സമരം ചെയ്തിരുന്ന വിദ്യാർത്ഥികൾ അവരെയും ക്ലാസിൽ കയറാൻ അനുവദിച്ചില്ല. ഉടൻ തന്നെ ഉന്നതതല ഇടപെടൽ ഉണ്ടായി. *ജെ എൻ യു വിൽ* സമരം വിജയകരമാകുന്നുവെന്ന ആശങ്ക അധികാരികൾക്ക് ഉണ്ടായിരുന്നു. മേനകാ ഗാന്ധിയെ പിക്കറ്റ് ചെയത് ഒരു മണിക്കൂറിനകം പൊലീസ് ക്യാംപസിലെത്തി. സിനിമാ രംഗങ്ങൾക്ക് സമാനമായ സംഭവ വികാസങ്ങളാണ് പിന്നീട് നടന്നത്. പിക്കറ്റിങ് നടത്തിക്കൊണ്ടിരിക്കുകയായിരുന്ന വിദ്യാർത്ഥിയെ പൊലീസ് തട്ടിക്കൊണ്ടു പോയി. വലിയ കോലാഹലങ്ങൾക്ക് ശേഷമാണ് പൊലീസ് അറസ്റ്റു ചെയ്തതാണെന്ന് പോലും സമ്മതിച്ചത്.

ജെ എൻ യു വിൽ പഠിക്കുമ്പോഴാണ് താങ്കൾക്ക് പാർട്ടി അംഗത്വം ലഭിക്കുന്നത്. വലിയ റൊമാന്റിക് കാലഘട്ടമല്ലായിരുന്നോ അത്, പുതിയ ചിന്തകൾ, പുതിയ ലോകം.

1974 ൽ അടിയന്തരാവസ്ഥക്ക് മുമ്പ് ഏറ്റവും കൂടിയ ഭൂരിപക്ഷത്തിന് ഞാൻ *ജെ എൻ യു വിൽ* വിദ്യാർത്ഥി യൂണിയന്റെ കൗൺസിലർ പോസ്റ്റിലേക്ക് തിരഞ്ഞെടുക്കപ്പെട്ടു. തുടർന്ന് 1975 ജനുവരിയിൽ പാർട്ടി അംഗത്വം ലഭിച്ചു. വളരെ കണിശമായി പാർട്ടി നിരീക്ഷിച്ച ശേഷമേ പാർട്ടി അംഗത്വം ലഭിക്കുകയുള്ളു. അടിയന്തരാവസ്ഥ പിൻവലിച്ചതിന് ശേഷമുള്ള ഒരു വർഷത്തിനിടക്കാണ് മൂന്ന് തവണ തെരഞ്ഞെടുപ്പ് നടത്തേണ്ടി വന്നത്. അടിയന്തരാവസ്ഥ പിൻവലിക്കുന്നത് മാർച്ചിലാണ്. രണ്ടു വർഷത്തിനിടക്ക് ആദ്യമായി പരീക്ഷ വരികയാണെന്നതിനാൽ ഉടൻ തിരഞ്ഞെടുപ്പ് നടത്തണമെന്ന് വിദ്യാർത്ഥികൾ ആവശ്യപ്പെട്ടു. അങ്ങിനെ ഏപ്രിലിൽ തിരഞ്ഞെടുപ്പ് നടന്നു. പിന്നെ ഒക്ടോബറിൽ സാധാരണ നടത്താറുള്ള സമയത്ത് വീണ്ടും തിരഞ്ഞെടുപ്പ് നടന്നു. സമരകാലമായിരുന്നു അത്. അടിയന്തരാവസ്ഥാ കുറ്റവാളികളെ ശിക്ഷിക്കണമെന്നാവശ്യപ്പെട്ട് ഞങ്ങൾ സമരം ചെയ്തു. യൂണിവേഴ്സിറ്റിയിൽ വൈസ് ചാൻസലർ മുതൽ സെക്യൂരിറ്റി ഓഫീസർ വരെയുള്ള നാലു പേർക്കെതിരെ നടപടി വേണമെന്നായിരുന്നു ഞങ്ങളുടെ ആവശ്യം. രാഷ്ട്രീയാടിസ്ഥാനത്തിൽ വിദ്യാർത്ഥികളോട് വിവേചനം കാണിച്ചതിനും അവർക്ക്

പ്രവേശനവും സ്കോളർഷിപ്പും നിഷേധിച്ചതിനും വിദ്യാർത്ഥികളെ അറസ്റ്റ് ചെയ്യാൻ കൂട്ടു നിന്നതിനും നടപടി വേണമെന്നായിരുന്നു ആവശ്യം. യൂണിവേഴ്സിറ്റി അടച്ചു പൂട്ടിക്കൊണ്ടാണ് സമരത്തെ വൈസ് ചാൻസലർ നേരിട്ടത്. പക്ഷേ ഞങ്ങൾ പിന്മാറാൻ തയ്യാറല്ലായിരുന്നു. യൂണിവേഴ്സിറ്റിയും മെസും ഞങ്ങൾ തുറന്നു പ്രവർത്തിപ്പിച്ചു.ചില അദ്ധ്യാപകർ ക്ലാസെടുത്തു. മെസിന്റെ പ്രവർത്തനത്തിനായി ഞങ്ങൾ ദില്ലിയിൽ നടന്നു പിരിച്ചു. സമരം ശക്തമാക്കുന്നതിന്റെ ഭാഗമായി യൂണിയനു പുറത്തുനിന്നും പിന്തുണ തേടാൻ ഒരു ജനറൽ ബോഡിയിൽ തീരുമാനിച്ചു. അടിയന്തരാവസ്ഥക്കെതിരെ ദില്ലി യൂണിവേഴ്സിറ്റിയിലെ വിദ്യാർത്ഥി യൂണിയനുമായി സംയുക്ത പ്രസ്താവനയിൽ ഒപ്പു വെച്ചു. അന്ന് ഡുസു (DUSU) ഭരിച്ചിരുന്നത് എ ബി വി പി ആയിരുന്നു. ഇതിൽ ചില അഭിപ്രായ വ്യത്യാസങ്ങൾ ഉണ്ടായി. വലതുപക്ഷ പാർട്ടിയായ എ ബി വി പിയുമായി കൈകോർക്കേണ്ടിയിരുന്നില്ലെന്ന് വിമർശനം ഉയർന്നു. ജനറൽ ബോഡി യോഗം ഈ വിമർശനം ശരി വെച്ചു. തുടർന്ന് കൗൺസിലർമാരോട് ചേർന്ന് ഞാൻ രാജി വച്ചു. അടുത്ത ഫിബ്രവരിയിൽ വീണ്ടും തിരഞ്ഞെടുപ്പ് നടന്നു. ആ തിരഞ്ഞെടുപ്പിലും വിദ്യാർത്ഥികൾ എന്നെ പ്രസിഡണ്ടായി തിരഞ്ഞെടുത്തു.

ജെ എൻ യു വിൽ താങ്കളുടെ നേതൃത്വത്തിൽ വിപ്ലവകരമായ മാറ്റങ്ങൾ ഉണ്ടായി. യൂണിയൻ തലത്തിലും പ്രവേശന തലത്തിലുമെല്ലാം.

ജെ എൻ യു വലിയൊരു യൂണിവേഴ്സിറ്റിയാണ്. അതിന്റെ പ്രവേശന രീതികൾ മാറ്റുന്നതിന് ഞങ്ങൾ സമരം ചെയ്തു. സാമൂഹിക സാമ്പത്തിക സാഹചര്യങ്ങൾ കൂടി പ്രവേശനമാനദണ്ഡങ്ങളിൽ ഉൾപ്പെടുത്തണമെന്നായിരുന്നു ആവശ്യം. സുപ്രീംകോടതി പോലും പ്രകീർത്തിച്ച ഒരു ഫോർമുലയാണ് രൂപം കൊണ്ടത്. 100 മാർക്കിൽ 30 മാർക്ക് അതുവരെയുള്ള പഠനചരിത്രത്തിന്, 50 മാർക്ക് പ്രവേശന

പരീക്ഷക്കും അഭിമുഖത്തിനും അവശേഷിക്കുന്ന 20 ൽ 9 മാർക്ക് സാമൂഹികപരമായ പിന്നാക്കാവസ്ഥക്ക്, ഏഴ് മാർക്ക് സാമ്പത്തിക പിന്നാക്കാവസ്ഥക്ക്, രണ്ട് മാർക്ക്, ജീവിക്കുന്ന സ്ഥലത്തിന്റെ പ്രത്യേകതകൾ മുൻനിർത്തി, ബാക്കി രണ്ട് മാർക്ക് കുടുംബത്തിൽ ഈ വിദ്യാഭ്യാസ ഉന്നതിയിലെത്തുന്ന ആദ്യ ആളാണോ എന്ന ഘടകത്തെ മുൻനിർത്തി. *ജെ എൻ യു* വിനെ രാജ്യത്തിന്റെ പരിഛേദമാക്കാൻ ഈ ഫോർമുല സഹായിച്ചു. രാജ്യത്തിന്റെ അവികസിത മേഖലകളിൽ നിന്ന് നിരവധി പേർ ഉന്നത പഠനത്തിനായി *ജെ എൻ യു വിൽ* എത്തി. ബിഹാർ പോലുള്ള സ്ഥലങ്ങളിൽ നാടുവാഴിത്തം, കുടിയാന്മാർക്കും അവരുടെ മക്കൾക്കുമൊക്കെ വിദ്യാഭ്യാസം നിഷേധിക്കുന്ന ഘട്ടത്തിൽ സാമൂഹിക അസമത്വം കുറയ്ക്കാൻ പ്രവേശന നടപടികളിലെ ഈ പ്രത്യേകത ഉപകരിച്ചു. *ജെ എൻ യു* വിദ്യാർത്ഥി യൂണിയന് വേണ്ടി പുതിയ ഭരണഘടന തന്നെ ഉണ്ടാക്കി. യൂണിവേഴ്സിറ്റി അധികൃതർക്ക് ഇടപെടാനാകാതെ വിദ്യാർത്ഥികൾക്കു തന്നെ വിദ്യാർത്ഥി യൂണിയൻ തിരഞ്ഞെടുപ്പ് നടത്താൻ അധികാരം നല്കുന്ന ഒരേയൊരു യൂണിയൻ ഭരണഘടന *ജെ എൻ യു* വിലേതാണ്. അടിയന്തരാവസ്ഥയിൽ നിന്ന് പാഠമുൾ ക്കൊണ്ട് വിദ്യാർത്ഥി യൂണിയനെ യൂണിവേഴ്സിറ്റി നിയമച്ചട്ടങ്ങളിൽ നിന്ന് മോചിപ്പിച്ചു. യൂണിയനെ നിരോധിക്കാൻ യൂണിവേഴ്സിറ്റിക്കാവാത്ത തരത്തിലായിരുന്നു ഭരണഘടന ഭേദഗതി ചെയ്തത്. സിലബസും മറ്റും ചർച്ച ചെയ്യുന്നതിന് അദ്ധ്യാപക വിദ്യാർത്ഥി കമ്മിറ്റിയുമുണ്ടാക്കി.

സീതാറാം, ഒരു പക്ഷെ ഞങ്ങളെപ്പോലുള്ളവർ ജെ എൻ യു വിൽ എത്തുന്നതു തന്നെ താങ്കളെപ്പോലുള്ളവർ അവിടെ പഠിച്ചിരുന്നു എന്നതു കൊണ്ടാണ്.

അവിടെ വിദ്യാർത്ഥി രാഷ്ട്രീയത്തിൽ സജീവമായുള്ളവർ നന്നായി പഠിക്കുകയും ചെയ്തിരുന്നു. എസ് എഫ് ഐ നേതാക്കളെല്ലാം നല്ല മാർക്കോടെയാണ് പാസായിരുന്നത്. പഠനവും സമരവും എന്നതായിരുന്നു മുദ്രാവാക്യം.

പ്രകാശ് കാരാട്ടുമായി താങ്കൾക്ക് നാലു പതിറ്റാണ്ടിലധികം നീണ്ട ബന്ധമുണ്ട്. പ്രകാശ് കാരാട്ടിനെ കാണുന്നത് ജെ എൻ യു വിൽ വച്ചാണ്.

ശരിയാണ്. 1973 ൽ ഞാൻ *ജെ എൻ യു വിൽ* ചേരുമ്പോൾ പ്രകാശ് കാരാട്ട് എസ് എഫ് ഐ പ്രസിഡണ്ട് സ്ഥാനാർത്ഥി ആണ്. എസ് എഫ് ഐ രൂപീകൃതമായി പ്രവർത്തനം തുടങ്ങിയിട്ടേ ഉള്ളു. ആ വർഷം പ്രകാശ് തിരഞ്ഞെടുപ്പിൽ വിജയിച്ചു. 1974 ലും പ്രകാശ് മത്സരിച്ചു, ഞാൻ

കൗൺസിലർ ആയും മത്സരിച്ചു. ആ വർഷം പ്രകാശ് തോറ്റു. എ എ പി യുമായി ഇപ്പോൾ തെറ്റി നില്ക്കുന്ന ആനന്ദ് കുമാർ ആയിരുന്നു എതിരാളി. പിന്നീട് അടിയന്തരാവസ്ഥ വന്നു.

ഒരാൾ ചോദിക്കാൻ പറഞ്ഞു, പ്രകാശിൽ ഉള്ളതും താങ്കൾക്കില്ലാത്തതുമായ ഒരു ഗുണമെന്ത്.

അതിന് ഉത്തരം പറയേണ്ടത് പ്രകാശ് ആണ്.

താങ്കൾക്കുള്ളതും പ്രകാശിനില്ലാത്തതുമായ ഒരു ഗുണം.

(ചിരിച്ചു കൊണ്ട്) അങ്ങനെയൊന്നുമില്ല. പാർട്ടി കാര്യങ്ങൾ സംബന്ധിച്ചാണെങ്കിൽ വ്യക്തികേന്ദ്രീകൃതമല്ല കമ്യൂണിസ്റ്റ് പാർട്ടികൾ. എല്ലാം കൂട്ടുത്തരവാദിത്വമാണ്. കേരളത്തിന്റെ കാര്യം തന്നെയെടുക്കു. ഇ എം എസ്, എ കെ ജി, കൃഷ്ണപിള്ള എന്നിവരുടെ കൂടിച്ചേരൽ ആണ് പാർട്ടി ക്ക് ഗുണമായത്. ആരു മുന്നിൽ ആരു പിന്നിൽ എന്നതല്ല പ്രശ്നം. ജ്യോതിബസുവും പ്രമോദ് ദാസ് ഗുപ്തയും തമ്മിലുള്ള കൂടിച്ചേരലാണ് ബംഗാളിൽ പാർട്ടിക്ക് തുണയായത്. കൂട്ടുത്തരവാദിത്വം ആണ് സി പി ഐ (എം) -ന്റെ പ്രത്യേകത. കൂട്ടുത്തരവാദിത്വത്തെ കുറിച്ച് മോദി ഇന്നു പറയുന്നത് ഞങ്ങൾ ജെ എൻ യു വിൽ ഉള്ള കാലത്തേ പറഞ്ഞതാണ്. നിങ്ങൾ അ യും ഞാൻ ആ യും ആണെങ്കിൽ നിങ്ങൾക്ക് അ സ്ക്വയറും എനിക്ക് ആ സ്ക്വയറും മാത്രം ആകാനേ കഴിയൂ. എന്നാൽ നമ്മൾ ഒന്നിക്കുമ്പോൾ ലഭിക്കുന്നത് മറ്റൊരു സൂത്രവാക്യമാണ് a + b ഓൾ സ്ക്വയർ. ഇത് a സ്ക്വയർ + b സ്ക്വയർ +2ab. b2 ab നമ്മളൊന്നിക്കുന്നത് കൊണ്ട് ഉണ്ടാകുന്നതാണ്.

താങ്കൾ കണക്കിൽ മിടുക്കനാണല്ലോ.

സ്കൂൾ കാലഘട്ടത്തിൽ അഡീഷണൽ ആയി കണക്ക് പഠിച്ചിട്ടുണ്ട്.

നല്ല കൂട്ടുകെട്ട് എപ്പോഴും നേട്ടമുണ്ടാക്കും.

ഉറപ്പായും.

അടിയന്തരാവസ്ഥക്കാലത്ത് താങ്കൾ മാതാപിതാക്കളുടെ നിർബ്ബന്ധം മൂലം അമ്മാവന്റെ കൂടെ താമസിച്ചതിനെക്കുറിച്ച് കേട്ടിട്ടുണ്ട്. മരുമകന്റെ കമ്യൂണിസ്റ്റ് പ്രേമം ഇല്ലാതാക്കാൻ കുടെ താമസിപ്പിച്ച അമ്മാവൻ സ്വയം കമ്യൂണിസ്റ്റ് ആകുമോ എന്ന് സംശയിച്ച സംഭവം.

അത് രസകരമായ സംഭവം തന്നെയാണ്. പാർട്ടി നിർദ്ദേശപ്രകാരം ജാമ്യമെടുത്ത് ഒളിവിൽ പോകാൻ തീരുമാനിച്ചപ്പോൾ മാതാപിതാക്കൾ

അമ്മാവന്റെ അടുത്ത് പോയി താമസിക്കാൻ നിർദ്ദേശിച്ചു. അമ്മാവൻ ആന്ധ്രയിൽ ഐ എ എസ് ഉദ്യോഗസ്ഥൻ ആയിരുന്നു. അദ്ദേഹം ഒപ്പം താമസിക്കാൻ പറഞ്ഞു. അമ്മാവന്റെ സ്വാധീനത്തിൽ ഞാൻ രാഷ്ട്രീയം വിട്ട് ഐ എ എസുകാരൻ ആകാൻ ശ്രമിക്കുമെന്നാണ് എല്ലാവരും പ്രതീക്ഷിച്ചത്. 1976 ന്റെ തുടക്കമായിരുന്നു അത്. അടിയന്തരാവസ്ഥ പിൻവലിക്കുന്നതിന്റെ ചെറിയ സൂചന പോലും ഇല്ലായിരുന്നു. ജനാധിപത്യം പുന:സ്ഥാപിക്കാൻ വലിയൊരു പോരാട്ടം തന്നെ വേണ്ടി വരുമെന്ന് പാർട്ടി കണക്കു കൂട്ടി. ആ സമയത്ത് അമ്മാവൻ എന്റെ മാതാപിതാക്കളെ വിളിച്ച് പറഞ്ഞു. സീതാറാമിനെ ഞാൻ തിരിച്ചയയ്ക്കുകയാണ് ഇല്ലെങ്കിൽ തനിക്ക് രാജി വെച്ച് കമ്യൂണിസ്റ്റ് പാർട്ടിയിൽ ചേരേണ്ടി വരുമെന്ന്.

താങ്കൾക്കതൊക്കെ നല്ല ഓർമ്മകളാണ്.

അതെ, അമ്മാവനും ചെറുപ്പമായിരുന്നു. ആശയപരമായി നല്ലൊരു ഐ എ എസ് ഉദ്യോഗസ്ഥനായിരുന്നു. ശരിക്കും ഞങ്ങൾ ഒരുമിച്ചാണ് വളർന്നത്. ഞങ്ങൾ തമ്മിലുള്ള പ്രായവ്യത്യാസം വെറും ഏഴ് വയസ്സാണ്. എന്റെ മുത്തശ്ശൻ ആന്ധ്ര ഹൈക്കോടതിയിലെ ആദ്യ ബഞ്ചിലെ ജഡ്ജി ആയിരുന്നു. ഞാൻ മദ്രാസിൽ 1952ൽ ആണ് ജനിച്ചത്. മദ്രാസ് പ്രസിഡൻസിയുടെ ഭാഗമായിരുന്ന ആന്ധ്രയിലെ ഗുണ്ടൂരിൽ 1954ലാണ് ആദ്യ ബഞ്ച് സ്ഥാപിച്ചത്. അങ്ങനെ ഞങ്ങൾ ഗുണ്ടൂരിലേക്ക് മാറി.1956 ലാണ് ആന്ധ്ര സംസ്ഥാനം സ്ഥാപിതമായത്. 56 ൽ തന്നെ ബഞ്ച് ഹൈദ്രാബാദിലേക്ക് മാറ്റി. ഞങ്ങളും അങ്ങോട്ട് നീങ്ങി. അങ്ങിനെ അമ്മാവനും ഞാനും ഒന്നിച്ചാണ് വളർന്നത്. കൂട്ടുകുടുംബമായതിനാൽ ധാരാളം ബന്ധുക്കൾ ഉണ്ടായിരുന്നു.

ഓർമ്മകൾക്ക് ക്ഷാമമില്ല.

ശരിക്കും നല്ല ഓർമ്മകൾ. കുടുംബത്തിലെ പലരും പല സ്ഥലത്താണിപ്പോൾ. ചിലർ അമേരിക്കയിൽ ശാസ്ത്രജ്ഞരാണ് ഇപ്പോൾ.

മുത്തശ്ശിയുടെ സാന്നിദ്ധ്യമായിരുന്നു മറ്റൊരു സ്വാധീനം.

അതെ, അച്ഛന് ഇടക്കിടെ ട്രാൻസ്ഫർ കിട്ടുന്നതു കൊണ്ട് മുത്തശ്ശിയാണ് എന്നെയും വളർത്തിയത്.

മുത്തശ്ശി തന്നെ നേരിട്ട് രാഷ്ട്രീയത്തിൽ നിന്ന് താങ്കളെ അടർത്തി മാറ്റാൻ നടത്തിയ ശ്രമങ്ങൾ അറിയാം. പിന്നീട് പ്രധാനമന്ത്രിയായ പി വി നരസിംഹറാവുവിനെ ഇതിനായി സമീപിച്ചുവെന്നും കേട്ടിട്ടുണ്ട്.

അതെ, നരസിംഹറാവു കേന്ദ്രമന്ത്രിയായിരുന്ന കാലത്ത് മുത്തശ്ശി പോയി കണ്ടു. എന്നാൽ ഏത് പാർട്ടിയായാലും വിദ്യാഭ്യാസമുള്ള

ചെറുപ്പക്കാരെ ഇന്ത്യക്ക് ആവശ്യമുണ്ടെന്നും അവർ രാഷ്ട്രീയത്തിൽ വരട്ടെ എന്നുമായിരുന്നു റാവുവിന്റെ പ്രതികരണം. മുത്തശ്ശി നിരാശയോടെയാണ് തിരിച്ചെത്തിയത്.

ഒരു കോൺഗ്രസ് നേതാവ് താങ്കൾ കമ്യൂണിസ്റ്റ് പാർട്ടിയിൽ പ്രവർത്തിക്കുന്നതിനെ എതിർക്കുമെന്നാവും മുത്തശ്ശി കരുതിയത്.

തീർച്ചയായും കോൺഗ്രസും കമ്യൂണിസ്റ്റും അന്നും വിരുദ്ധ ധ്രുവങ്ങളിലായിരുന്നു.

സഖാവ് സുന്ദരയ്യയെയും മുത്തശ്ശി സമീപിച്ചുവെന്നും അവിടെയും നിരാശയായിരുന്നു ഫലം എന്നു കേട്ടിട്ടുണ്ട്.

ബുദ്ധിമാനായിരുന്നു സുന്ദരയ്യ. എല്ലാവർക്കും എന്റെ മുത്തച്ഛനെ അറിയായിരുന്നു. മുത്തശ്ശി നേരെ ചെന്ന് സുന്ദരയ്യയോട് ചോദിച്ചു "എന്തിനാണ് എന്റെ പേരക്കുട്ടിയെ നിങ്ങൾ കൊണ്ടു പോയത്" എന്ന്. നിങ്ങൾ ബുദ്ധിമാനായ ഒരാളെ പകരം തരൂ സീതാറാമിനെ വിട്ടു തരാമെന്നായിരുന്നു സുന്ദരയ്യയുടെ പ്രതികരണം. മുത്തശ്ശി തിരിച്ചു വന്നത് നിരാശയായിട്ടായിരുന്നെങ്കിലും പേരക്കുട്ടിയെ കുറിച്ച് അവർക്ക് അഭിമാനം തോന്നിയിരുന്നു.

വർത്തമാനകാല രാഷ്ട്രീയത്തിലേക്ക് തിരിച്ചുവരാം. താങ്കളും മുൻ ജനറൽ സെക്രട്ടറി പ്രകാശ് കാരാട്ടുമായി കടുത്ത അഭിപ്രായ ഭിന്നതകൾ ഉണ്ടെന്ന തരത്തിൽ മാധ്യമ വാർത്തകൾ സജീവമാണ്. പാർട്ടി കോൺ ഗ്രസ് നടക്കുമ്പോഴും ഇത്തരത്തിലുള്ള വാർത്തകൾ മാധ്യമങ്ങളിൽ നിറഞ്ഞു നിന്നു.

ഇതൊക്കെ മാധ്യമങ്ങൾ സൃഷ്ടിക്കുന്നതാണ്. കേരളത്തിൽ എത്ര ന്യൂസ് ചാനലുകളുണ്ട്.

അര ഡസനോളം.

ചാനലുകൾ തമ്മിൽ റേറ്റിങ്ങിനായി കടുത്ത മത്സരമല്ലേ നടക്കുന്നത്. അത് വഴിവെക്കുന്നത് സെൻസേഷണലിസത്തിലേക്കാണ്. വാർത്തകൾ സൃഷ്ടിക്കലാണ് പലപ്പോഴും നടക്കുന്നത്. പ്രകാശുമായി എനിക്കുള്ളത് നാല് പതിറ്റാണ്ടിലേറെ നീണ്ടു നില്ക്കുന്ന ബന്ധമാണ്. ഞങ്ങൾ നല്ല സഖാക്കൾ ആണ്. രാഷ്ട്രീയ രംഗത്ത് സജീവമായതു മുതൽ ഞങ്ങൾ ഒരുമിച്ചാണ് പ്രവർത്തിക്കുന്നത്. ഞങ്ങൾ പലപ്പോഴും ഒരുമിച്ചായിരുന്നു താമസംപോലും.

ഇത്തരം വാർത്തകൾ കാണുമ്പോൾ താങ്കൾക്ക് ചിരി വരാറുണ്ടോ

സത്യം പറയട്ടെ മിക്കവാറും ഞാൻ ടെലിവിഷൻ കാണാറില്ല. കഴിഞ്ഞ മന്ത്രിസഭയിലെ വാർത്താ വിതരണ മന്ത്രി പറഞ്ഞത് ശ്രദ്ധേയമാണ്. സീരിയലുകൾ കാണാനേ ടി വി നോക്കാറുള്ളു എന്നാണ് അദ്ദേഹം പറഞ്ഞത്. ഈ അഭിമുഖവും ഞാൻ കാണാൻ സാദ്ധ്യത ഇല്ല.

തീർച്ചയായും ഈ ഇന്റർവ്യൂവിന്റെ സി ഡി ഞാൻ താങ്കൾക്ക് അയക്കും. സീതാറാം, താങ്കൾ പറഞ്ഞ വിഷയങ്ങൾ മാധ്യമങ്ങൾ നേരിടുന്ന ദുര്യോഗം കൂടിയാണ്. വാർത്തകൾ വില്ക്കാൻ കൃത്രിമമായി ആരോപണങ്ങൾ ഉന്നയിക്കപ്പെടുന്നുണ്ടാകാം.

നിർഭാഗ്യകരമാണ് ഈ അവസ്ഥ. റേറ്റിങ്ങിനായി എന്തും പടയ്ക്കേണ്ടി വരുന്നു.

ഒരു സ്പോർട്ട്സ്മാൻ എന്ന നിലയ്ക്ക് താങ്കൾ ഇത്തരം വാർത്തകളെ സ്പോർട്ട്സ്മാൻ സ്പിരിറ്റിൽ കാണുമായിരിക്കും അല്ലേ.

തീർച്ചയായും. രാഷ്ട്രീയരംഗത്ത് ഇതെല്ലാം സ്വാഭാവികമാണ്.

ഞങ്ങൾ ഡൽഹിയിൽ ബാഡ്മിന്റൺ കളിച്ചിരുന്നപ്പോൾ ചിലപ്പോഴൊക്കെ താങ്കളും പങ്ക് ചേരാറുണ്ടായിരുന്നു. പക്ഷെ താങ്കളുടെ സ്ട്രോക്സ് ടെന്നീസ് സ്ട്രോക്സ് ആണ്.

താങ്കളും എം എ ബേബിയുമൊക്കെ കളിക്കുമ്പോൾ....

മാധവൻകുട്ടിയുമുണ്ടാകാറുണ്ട്.

അതെ, മാധവൻ കുട്ടിയുമുണ്ടാകാറുണ്ട്. എല്ലാവരും ആശ്ചര്യത്തോടെ നമ്മുടെ മുടങ്ങാതെയുള്ള ബാഡ്മിന്റൺ കളി നോക്കാറുണ്ടായിരുന്നു.

താങ്കൾക്ക് നെറ്റിന്റെ ഉയരം സംബന്ധിച്ച് ആശയക്കുഴപ്പം ഉണ്ടാകാറുണ്ട്. പക്ഷെ താങ്കളുടെ ഷോട്ട്സ് വളരെ ശക്തമാണ്. അതു കാരണം നിരവധി ഷട്ടിലുകൾ വാങ്ങേണ്ടി വന്നിട്ടുണ്ട്.

ഞാൻ തരക്കേടില്ലാതെ ടെന്നീസ് കളിക്കാറുണ്ടായിരുന്നു. അതിന്റെ സ്വാധീനമാണ് ബാഡ്മിന്റണിൽ ടെന്നീസ് സ്ട്രോക്സ്. ഈ തലമുറയിൽ ഭൂരിഭാഗവും ഇതൊന്നും ആസ്വദിക്കുന്നില്ല.

സത്യത്തിൽ ആ പ്രഭാതങ്ങൾ എത്ര സമാധാനപരമായിരുന്നു. താങ്കൾ പ്രഭാതനടത്തം കഴിഞ്ഞ് വരുമ്പോഴാണ് ഞങ്ങളോടൊപ്പം ചേരുക. രണ്ട് ഗെയിമിന് ശേഷം നമ്മളെല്ലാവരും ചായ കുടിക്കാൻ പോകും.

അതെ. ഒരു ദക്ഷിണേന്ത്യൻ കാന്റീനിൽ. അതൊക്കെ സുന്ദരമായ ദിനങ്ങൾ ആയിരുന്നു.

താങ്കളിപ്പോഴും കളിക്കാറുണ്ടോ?

ഒരു അവസരമുണ്ടാകുമ്പോൾ ഞാൻ കളിക്കും. എന്നാൽ ഇപ്പോൾ അവസരം കുറവാണ്. ഇപ്പോൾ കുട്ടികളൊക്കെ മുതിർന്നു. അവർ അടുത്തില്ലതാനും. അവരുണ്ടായിരുന്നേൽ അവരോടൊപ്പം കളിച്ചേനെ.

താങ്കൾ നന്നായി ടെന്നീസ് കളിക്കുമായിരുന്നു. ഒരുവേള രാഷ്ട്രീയക്കാരൻ ആയിരുന്നില്ലെങ്കിൽ താങ്കളുടെ മേഖല ടെന്നീസ് ആകുമായിരുന്നു.

ശരിയാണ്, ഞാൻ സാമാന്യം തരക്കേടില്ലാതെ കളിക്കുമായിരുന്നു. യൂണിവേഴ്സിറ്റി ചാമ്പ്യനൊക്കെ ആയിരുന്നു. ടെന്നീസിന്റെ സ്വാധീനമാണ് ബാഡ്മിന്റണിൽ താങ്കൾ പറഞ്ഞ ടെന്നീസ് സ്ട്രോക്സ്. രാജ്യാന്തരതലത്തിൽ അനുഭവ പരിചയമുള്ള കോച്ചായിരുന്നു ഞങ്ങൾക്കുണ്ടായിരുന്നത്. എന്നെ നന്നായി പ്രോത്സാഹിപ്പിക്കുമായിരുന്നു അദ്ദേഹം. എന്നിൽ നല്ല പ്രതീക്ഷയും അദ്ദേഹത്തിന് ഉണ്ടായിരുന്നു. ഒരുപക്ഷെ ഞാൻ രാഷ്ട്രീയത്തിൽ പോയതിൽ വിഷമിക്കുന്ന ഒരാൾ അദ്ദേഹമായിരിക്കും. എനിക്കും പ്രിയപ്പെട്ട കളിയാണ് ടെന്നീസ്. രാഷ്ട്രീയക്കാരൻ ആയിരുന്നില്ലെങ്കിൽ തീർച്ചയായും എന്റെ മേഖല ടെന്നീസ് ആകുമായിരുന്നു.

ജെ എൻ യു വിൽ താങ്കളുടെ സമകാലികനായ ഒരാൾ ചോദിക്കാൻ പറഞ്ഞു. താങ്കൾ ഇപ്പോഴും ചെറുപ്പക്കാരനാണ്, സുന്ദരനുമാണ്. പക്ഷെ എന്നാണ് ഈ സിഗരറ്റ് വലി നിർത്താൻ പോകുന്നതെന്ന്.

ഞാനിപ്പോൾ ഇലക്ട്രോണിക് സിഗരറ്റിലേക്ക് നീങ്ങിക്കൊണ്ടിരിക്കുകയാണ് (ചിരിക്കുന്നു). എന്റെ ചെറുപ്പകാലത്ത് സിഗരറ്റ് വലി ഒരു ഫാഷൻതന്നെ ആയിരുന്നു. വലിച്ചില്ലേൽ പുരുഷനല്ല എന്നു പോലും

പറയുമായിരുന്നു. ഇപ്പോൾ നേരെ തിരിച്ചാണ് കാര്യങ്ങൾ. ഇലക്ട്രോണിക് സിഗരറ്റ് കൂടുതൽ അപകടകരമാണെന്നും പറയുന്നു. എന്തായാലും നമുക്ക് നോക്കാം.

നിരവധി പേർ താങ്കളുടെ ആരോഗ്യ കാര്യങ്ങളിൽ തല്പരരാണ്

ശരിയാണ്, ആരോഗ്യത്തിൽ ശ്രദ്ധിക്കണം. പക്ഷെ ജോലിയിലായിരുന്നു എന്റെ ശ്രദ്ധ മുഴുവനും

ഒരുപക്ഷെ താങ്കൾ ഭാഗ്യവാനാണ്. നിരവധി പ്രമുഖ നേതാക്കൾ താങ്കൾക്ക് താങ്ങും തണലുമായുണ്ടായിരുന്നു.സുന്ദരയ്യ, ഇ എം എസ് തുടങ്ങി നിരവധി പേർ. 80 കളിൽ 14 അശോകയിൽ ഈ തലമുതിർന്ന നേതാക്കൾക്കൊപ്പമാണ് താങ്കളെപ്പോലുള്ള യുവ നേതാക്കൾ വളർന്നത്.

ശരിക്കും അവർക്ക് മുന്നിൽ തല കുനിക്കുന്നു. വലിയ അനുഭവം തന്നെ ആയിരുന്നു. അവർക്കും മാറ്റവും തുടർച്ചയും വേണമായിരുന്നു. 15 പുതുമുഖങ്ങളെയാണ് കേന്ദ്രകമ്മിറ്റിയിൽ സ്ഥിരം ക്ഷണിതാക്കളാക്കി കൊണ്ടു വന്നത്. 35 അംഗ കേന്ദ്രകമ്മിറ്റിയായിരുന്നു അന്നുണ്ടായിരുന്നത്. ആ ബാച്ചിലാണ് എന്നെ കൂടാതെ പ്രകാശ്, ബുദ്ധദേവ്, ബിമൻ, മണിക് സർക്കാർ തുടങ്ങിയവർ കേന്ദ്ര കമ്മിറ്റിയിൽ സ്ഥിരം ക്ഷണിതാക്കളായി എത്തിയത്. 1984 ൽ ഇന്ദിരാഗാന്ധി വധത്തിന് മുമ്പായിരുന്നു ഇത്. ഞങ്ങളറിയാതെ ഞങ്ങളെ പരുവപ്പെടുത്തി വളർത്തുകയായിരുന്നു അവർ. ഒപ്പം ഇരുന്നു സംസാരിക്കും, എന്തെങ്കിലും ജോലി ചെയ്യിപ്പിക്കും, എഴുതിക്കും, അത് തിരുത്തിത്തരും. കേന്ദ്രകമ്മിറ്റിയിൽ സ്ഥിരം ക്ഷണിതാക്കളാക്കിയതും ഞങ്ങൾക്ക് ഒരു സൂചനയും തരാതെയാണ്. കേന്ദ്രകമ്മിറ്റിയിൽ സ്ഥിരം ക്ഷണിതാവാക്കി എന്നു കാണിക്കുന്ന കത്ത് കിട്ടിയപ്പോൾ ഞാൻ ഇ എം എസിന് അടുത്ത് ചെന്ന് ചോദിച്ചു ഇത് നല്ല തീരുമാനമാണോ എന്ന്. അതിനു മാത്രം പക്വത എനിക്കായോ എന്ന് എനിക്ക് സംശയം ഉണ്ടായിരുന്നു.

ഇ എം എസ് എന്തു പറഞ്ഞു

ഇ എം എസ് എഴുതുകയായിരുന്നു. എന്റെ ചോദ്യം കേട്ട് തല പൊക്കി നോക്കി അദ്ദേഹം പറഞ്ഞു, "ജനാധിപത്യ കേന്ദ്രീകരണം എന്ന ആശയത്തിലാണ് സി പി ഐ (എം) പ്രവർത്തിക്കുന്നതെന്ന് ഇതുവരെയുള്ള പാർട്ടി അനുഭവത്തിൽ നിന്ന് മനസ്സിലായിക്കാണും. ഇത് മേല്ക്കമ്മിറ്റിയുടെ തീരുമാനം ആണ്. അച്ചടക്കമുള്ള പാർട്ടി അംഗം എന്ന നിലയിൽ മേല്ക്കമ്മിറ്റിയുടെ തീരുമാനം താങ്കൾ അനുസരിച്ചേ മതിയാകൂ. തീരുമാനത്തിൽ അതൃപ്തി ഉണ്ടെങ്കിൽ പാർട്ടി വിടുകയേ നിവർത്തിയുള്ളൂ."

കേന്ദ്ര കമ്മിറ്റിയിലേക്ക് 15 പുതിയ അംഗങ്ങളെ ഒറ്റയടിക്ക് ഉൾപ്പെടുത്തിയതിനെക്കുറിച്ച് താങ്കൾ പറഞ്ഞു. പക്ഷെ പിന്നീട് പാർട്ടിയിൽ അങ്ങനെയൊന്ന് ഉണ്ടായിട്ടില്ല.

പാർട്ടിയിൽ ഇത്തരത്തിലുള്ള നിയമനങ്ങൾ പിന്നീടും ഉണ്ടായിട്ടുണ്ട്. എന്നാൽ ഇത്ര വലിയ തോതിലല്ലെന്ന് മാത്രം. അതൊരു തലമുറയെത്തന്നെ ഉൾക്കൊള്ളിക്കുകയായിരുന്നു. നോക്കൂ ആ കൂട്ടത്തിൽ ആരൊക്കെയെന്ന്. ഒരാൾ ബംഗാളിൽ മുഖ്യമന്ത്രിയായി, മറ്റൊരാൾ ത്രിപുരയിൽ മുഖ്യമന്ത്രിയായി. ഒരാൾ ബംഗാളിൽ പാർട്ടി സെക്രട്ടറിയായി. ഞാനും പ്രകാശും ജനറൽ സെക്രട്ടറിമാരായി. 14-ാമത് പാർട്ടി കോൺഗ്രസ്. 1992 ൽ സോവിയറ്റ് യൂണിയൻ തകർന്നു. സോവിയറ്റ് യൂണിയനിൽ വരെ തിരിച്ചടിയേറ്റാൽ ഇന്ത്യയിൽ കമ്യൂണിസ്റ്റ് പാർട്ടിക്ക് എന്ത് പ്രസക്തി എന്നുവരെ ചോദ്യങ്ങൾ ഉണ്ടായി. ആ സമയത്ത് പ്രത്യയശാസ്ത്രപ്രമേയം തയ്യാറാക്കി. അന്ന് ഞങ്ങൾ പൊളിറ്റ് ബ്യൂറോയിൽ ക്ഷണിതാക്കൾ മാത്രമാണ്. കോൺഗ്രസിന് മുന്നോടിയായുള്ള പി ബി യോഗത്തിൽ ആരൊക്കെ എന്തൊക്കെ അവതരിപ്പിക്കും എന്ന് ചോദ്യമുയർന്നു. ഇ എം എസ് ആയിരുന്നു ജനറൽ സെക്രട്ടറി. ഇ എം എസ് പറഞ്ഞു ഞാൻ ഉദ്ഘാടനംചെയ്യും, സുർജിത് രാഷ്ട്രീയ

പ്രമേയം അവതരിപ്പിക്കും. പിന്നീട് പ്രത്യയശാസ്ത്ര പ്രമേയം ആരവതരിപ്പിക്കും എന്നതിനെക്കുറിച്ചായി ചർച്ച. അപ്പോൾ ഞാൻ പറഞ്ഞു എം ബാസവപുന്നയ്യ അവതരിപ്പിക്കട്ടെ എന്ന്. ബർദൻ പ്ലീനത്തിലടക്കം പ്രത്യയശാസ്ത്ര പ്രമേയം തയ്യാറാക്കിയ താങ്കൾ തന്നെ ഇതും അവതരിപ്പിക്കണമെന്ന് ഞാൻ പറഞ്ഞു. താങ്കൾ ജീവിച്ചിരിക്കുന്ന പശ്ചാത്തലത്തിൽ മറ്റാരേക്കാളും നല്ലത് താങ്കൾതന്നെ എന്നും പറഞ്ഞു. ഉടൻ തന്നെ എം ബി യുടെ മറുപടി വന്നു, “സീതാറാം താങ്കൾ അവതരിപ്പിക്കണം, ഞാൻ ജീവിച്ചിരിക്കുന്നതു കൊണ്ടാണ് ഇതു പറയുന്നത്. ഞങ്ങൾ അടുത്തുണ്ടല്ലോ, എന്തെങ്കിലും തിരുത്തൽ വേണമെങ്കിൽ നടത്താനുമാകും. പാർട്ടിക്ക് ഇപ്പോൾ വേണ്ടത് ആത്മവിശാസമാണ്.”

വല്ലാത്ത അമ്പരപ്പും ആവേശവും ഈ തീരുമാനം താങ്കളിൽ ഉണ്ടാക്കിയിട്ടുണ്ടാകും.

ശരിക്കും. പ്രകാശും ഞാനും എസ് ആർ പിയും ഒരു റൂമിലാണ് താമസിച്ചിരുന്നത്. രാത്രിയിൽ അവരെ ഉറങ്ങാനും ഞാൻ സമ്മതിച്ചില്ല.

സംഘടനാ പ്രമേയം അവതരിപ്പിച്ചത് പ്രകാശ് ആയിരുന്നു അല്ലേ.

അതെ, യോഗത്തിൽ അതും ചർച്ചയായി. പിന്നീട് പ്രകാശിനെ ഏല്പിക്കുകയായിരുന്നു.

ആരും താരതമ്യേന പുതുമുഖങ്ങളായവർ പ്രധാന പ്രമേയങ്ങൾ അവതരിപ്പിക്കുമെന്ന് അന്ന് കരുതിയിരുന്നില്ല,പ്രത്യേകിച്ച് ഇത്രയും സമുന്നതർ ഉണ്ടായിരിക്കെ.

അതെ ഇ എം എസ്, സുർജിത്, എം ബി, നൃപൻ ചക്രവർത്തി തുടങ്ങി നിരവധി പ്രമുഖർ ഉള്ളപ്പോഴാണ് ഞങ്ങൾക്ക്, അവസരം ലഭിച്ചത്.

ശരിക്കും അവർ നിങ്ങളെ വേറെ ഒരു തലത്തിലേക്ക് ഉയർത്തുകയായിരുന്നു.

അതെ, അതവരുടെ ലക്ഷ്യമായിരുന്നു.

രാജ്യാന്തര വിഭാഗത്തിന്റെ ചുമതലകളിലും താങ്കൾ ഉണ്ടായിരുന്നു. നിരവധി രാജ്യങ്ങളും സന്ദർശിച്ചു. ഇ എം എസിനൊപ്പം ചൈനയിൽ ഡെങ്ങിനെ കണ്ടു, ജ്യോതിബസുവിനൊപ്പം ക്യൂബയിൽ ഫിഡലിനെ കണ്ടു.

വലിയ നേതാക്കൾക്കൊപ്പമുള്ള യാത്ര വിസ്മയകരമായ അനുഭവം ആയിരുന്നു. ഡെങ്ങിനെ കണ്ടത് മുൻകൂട്ടി നിശ്ചയിച്ച പ്രകാരം പോലുമല്ലായിരുന്നു. ഞങ്ങൾ കൊറിയയിലേക്ക് പോയി വരുന്നതു വഴി ചൈനീസ് കമ്യൂണിസ്റ്റ് പാർട്ടിയുടെ ആതിഥ്യം സ്വീകരിക്കുകയായിരുന്നു.

ഇ എം എസും ഞാനും 3 ദിവസം അവിടെ തങ്ങി. 1987 ലായിരുന്നു എന്നാണ് ഓർമ്മ. അന്നത്തെ ബീജിങ് ഇന്നത്തെപ്പോലെ അല്ല. ഒരു ദിവസം പറഞ്ഞു പ്രധാനപ്പെട്ട ഒരു അത്താഴ വിരുന്നുണ്ടെന്ന്. ഡെങ്ങും ഇ എം എസും അന്നേ നല്ല അടുപ്പത്തിലായിരുന്നു. അത്താഴവിരുന്നിന്റെ സമയത്ത് ഡെങ് പറഞ്ഞു, ഇ എം എസ് താങ്കൾ പുകയും വലിക്കില്ല കള്ളും കുടിക്കില്ല, എന്നാലും എനിക്കു മുമ്പെ താങ്കൾ മരിച്ചു പോകും." എന്നേക്കാളും കൂടുതൽ ഡെങ് പുക വലിക്കുമെന്ന് അന്നെനിക്ക് മനസ്സിലായി. ഫിൽട്ടർ ചെയ്യാത്ത ചാർമിനാറായിരുന്നു ഡെങ്ങിന്റെ ബ്രാൻഡ്.

താങ്കളും ചാർമിനാർ തന്നെയല്ലെ വലിക്കുന്നത്

ചാർമ്സ്. എന്റെ സിഗരറ്റിനേക്കാൾ വീര്യമുള്ളതായിരുന്നു അദ്ദേഹത്തിന്റേത്.

കൂടിക്കാഴ്ചയുടെ ഫോട്ടോകൾ

ഡെങ്ങും ഇ എം എസും ഞാനുമുള്ള ഫോട്ടോ, അത് ഇ എം എസ് അക്കാദമിയിലുണ്ട്.

രാജ്യാന്തര രാഷ്ട്രീയരംഗത്തെ താങ്കളുടെ പരിചയം വ്യക്തമാക്കാനാണ് ഇക്കാര്യങ്ങൾ സൂചിപ്പിച്ചത്. പക്ഷെ യൂറോപ്പിലും മറ്റുമുള്ള കമ്യൂണിസ്റ്റ് പാർട്ടികളുടെ ഇപ്പോഴത്തെ സ്ഥിതി എന്താണ്. താങ്കളെ ഇക്കാര്യങ്ങൾ അലോസരപ്പെടുത്താറില്ലേ

1992 മുതൽ ഇത് ഞങ്ങളുടെ ചർച്ചാവിഷയമാണ്. കോഴിക്കോട് കോൺഗ്രസിലും ഇക്കാര്യങ്ങൾ ചർച്ച ചെയ്തു. കഴിഞ്ഞ കോൺഗ്രസിന്റെ പരിഗണനയിലും ഇക്കാര്യം ഉണ്ടായിരുന്നു. ഒരർത്ഥത്തിൽ അലോസരപ്പെടുത്തുന്ന സംഗതികൾ ഉണ്ട്. അധികാരത്തിലിരിക്കെ തുടർച്ചയായ പരിശോധന നിർബ്ബന്ധമാണ്. അത് കാലങ്ങളിലെ മൂർത്തമായ സാഹചര്യങ്ങൾ വച്ചു തന്നെയാണ് പരിശോധിക്കേണ്ടത്. സാഹചര്യങ്ങൾ മാറുമ്പോൾ അത് തിരിച്ചറിയണം. ഇല്ലെങ്കിൽ താങ്കൾ പറഞ്ഞ പോലെ തിരിച്ചടികൾ ഉണ്ടാകും. അതാണ് ലെനിനും പറഞ്ഞത്. മറ്റു രാജ്യങ്ങളിലെ പാർട്ടി കോൺഗ്രസുകളിൽ പങ്കെടുക്കുമ്പോൾ ഇ എം എസ് പറയാറുണ്ട്, "പ്രധാന കാര്യങ്ങൾ ശ്രദ്ധിക്കണം ഇതിൽ നിന്ന് നമുക്കും പഠിക്കാനുണ്ടെന്ന്."

ദക്ഷിണാഫ്രിക്കൻ കമ്യൂണിസ്റ്റ് പാർട്ടി നേതാവ് ക്രിസ് ഹാനിയുമായുള്ള താങ്കളുടെ ബന്ധവും പ്രശസ്തമാണ്.

ക്രിസ് ഹാനി മികച്ചൊരു നേതാവായിരുന്നു. ദക്ഷിണാഫ്രിക്കൻ

കമ്യൂണിസ്റ്റ് പാർട്ടിയുടെ സായുധ വിഭാഗത്തിന്റെ തലവൻ. പിന്നീട് കൊല ചെയ്യപ്പെട്ടു.

സീതാറാം, ലാറ്റിനമേരിക്കയിലെ സംഭവ വികാസങ്ങൾ പുതിയ പാത തുറക്കുന്നതല്ലേ. പതിവ് കമ്യൂണിസ്റ്റ് രീതികളിൽ നിന്ന് മാറിയുള്ള സഞ്ചാരം, മതവും രാഷ്ട്രീയവും ഒന്നിച്ച് കൊണ്ടു പോകുന്ന പരീക്ഷണ ങ്ങൾ.

ഞങ്ങളതൊക്കെ നിരീക്ഷിക്കുന്നുണ്ട്. യാഥാർത്ഥ്യങ്ങൾ ഉൾക്കൊ ണ്ടില്ലെങ്കിൽ ഒരു പാർട്ടിക്കും മുന്നോട്ട് പോകാനാകില്ല. മെക്സി ക്കോയിലെ തദ്ദേശീയരുടെ സമരം, ബ്രസീലിലെ ചേരി നിവാസികളുടെ പ്രക്ഷോഭം തുടങ്ങി വിവിധ മേഖലകളിൽ വിവിധ ആവശ്യങ്ങൾ ഉന്നയിച്ചാണ് പ്രക്ഷോഭം. നമ്മൾ ഇവിടെ വിലക്കയറ്റംപോലുള്ള പൊതു ആവശ്യം ഉന്നയിച്ചാണ് പ്രക്ഷോഭം നടത്തുന്നത്. ഓരോ മേഖലയിലെ യും അടിസ്ഥാന പ്രശ്നങ്ങൾ ഉന്നയിച്ചു കൊണ്ട് സമരം നടത്തേണ്ടതു ണ്ട്. അത് ചിലയിടത്ത് റോഡിന് വേണ്ടിയാകാം ചിലയിടത്ത് പാലത്തിന് വേണ്ടിയാകാം. ലാറ്റിനമേരിക്കയിൽനിന്ന് നമ്മൾ പഠിക്കേണ്ട പാഠം പ്രാദേശിക ജനകീയപ്രശ്നങ്ങൾ കണ്ടെത്തി സമരം തീരുമാനിക്കണം എന്നാണ്. ഓരോ സമരങ്ങളും ദേശീയതലത്തിലെ വലിയ സമരത്തിന് നാന്ദിയാകണം, ഒരു വീടു കെട്ടാൻ ഉപയോഗിക്കുന്ന നിരവധി ഇഷ്ടികക ളെപ്പോലെ.

കമ്യൂണിസ്റ്റ് പാർട്ടികൾക്കെതിരായ പ്രധാന വിമർശനം എന്തെന്നാൽ സാമ്പ്രദായിക സമര രൂപത്തിനും വിഷയങ്ങൾക്കും പുറത്ത് ഇടപെട ലുകൾ കുറവാണെന്നാണ്. എന്തുകൊണ്ടാണ് ഇത് സംഭവിക്കുന്നത്.

കമ്യൂണിസ്റ്റുകാർ നല്ലവർ ആയിരിക്കാം, അവർ നല്ലതു ചെയ്യുന്നു ണ്ടായിരിക്കാം, എന്നാൽ എനിക്ക് കുടിവെള്ളം എത്തിക്കാൻ സമരം ചെയ്യുന്നില്ല, ആ സമരം വേറെ ആരെങ്കിലുമാകും ഏറ്റെടുക്കുന്നത്. പ്രത്യയശാസ്ത്രം മഹത്തരമാകാം, എങ്കിലും എന്റെ തൊട്ടടുത്തുള്ള സമരം ഏറ്റെടുക്കുന്നില്ല. ഇങ്ങിനെയാകുന്നു ജനങ്ങളുടെ പരാതികൾ.

താങ്കൾ പറഞ്ഞു വരുന്നത് കമ്യൂണിസ്റ്റു പാർട്ടിയുടെ ആ റോൾ ആണ് ആം ആദ്മിയെ പോലുള്ള പാർട്ടികൾ ഏറ്റെടുക്കുന്നത് എന്നാണോ.

ഒരർത്ഥത്തിൽ അത് ശരിയാണ്. കമ്യൂണിസ്റ്റ് പാർട്ടികൾ നേരിടുന്ന പ്രതിസന്ധികളിൽ ഒന്നാണിത്. ബംഗാളിൽ സംഭവിച്ചത് നോക്കുക. കമ്യൂണിസ്റ്റ് പാർട്ടി അധികാരത്തിൽ നിന്ന് പുറത്തായി. ബംഗാളിൽ വ്യാവസായിക വളർച്ച ത്വരിതപ്പെടുത്താനുള്ള ശ്രമമാണ് നന്ദിഗ്രാം പോലുള്ള സംഭവങ്ങളിലേക്ക് നയിച്ചത്. സാധാരണക്കാർക്ക് തൊഴിലും

വരുമാനവും ഉറപ്പ് വരുത്തലായിരുന്നു ലക്ഷ്യം. അവിടെ തെറ്റ് പറ്റിയത് നടപ്പിലാക്കിയ രീതിയിലാണ്. നന്ദിഗ്രാമിൽ ഒരു തുണ്ട് ഭൂമി പോലും ഏറ്റെടുത്തിരുന്നില്ല. കേന്ദ്രസർക്കാരിന്റെ പദ്ധതി നിർദ്ദേശംമാത്രം ആയിരുന്നു അത്. സിംഗൂരിൽ ഭൂമി ഏറ്റെടുത്തിരുന്നു. അത് ബംഗാളിലെ ആദ്യ ഏറ്റെടുക്കൽ അല്ല താനും. അവിടെ ഞങ്ങൾക്ക് തെറ്റ് പറ്റിയത് വേണ്ടത്ര ഗൃഹപാഠം ചെയ്തിരുന്നില്ല എന്നതായിരുന്നു. ജനങ്ങളെ കാര്യങ്ങൾ ബോദ്ധ്യപ്പെടുത്താനാവാതെ പോയി. 2006 ലെ തിരഞ്ഞെടുപ്പിൽ വൻ ഭൂരിപക്ഷത്തിലാണ് ഞങ്ങൾ ജയിച്ചത്. അതുകൊണ്ട് തന്നെ ഞങ്ങളുടെ ഉദ്ദേശശുദ്ധി ജനം അംഗീകരിക്കും എന്നാണ് കരുതിയത്. എന്നാൽ ആശയക്കുഴപ്പം മുതലെടുക്കുന്നതിൽ പ്രതിപക്ഷം വിജയിച്ചു. ഇതിൽനിന്നെല്ലാം ഞങ്ങൾ പാഠം ഉൾക്കൊണ്ടു കഴിഞ്ഞു. ഇപ്പോൾ ബംഗാളിൽ മമതാ സർക്കാർ കൊലപാതക രാഷ്ട്രീയത്തിലൂടെ പാർട്ടിയുടെ സംഘടനാ സംവിധാനംവരെ തകർക്കാനാണ് ശ്രമിക്കുന്നത്. അക്രമരാഷ്ട്രീയത്തിലൂടെ 500 ലധികം സഖാക്കളെയാണ് ബംഗാളിൽ കൊന്നൊടുക്കിയത്. സാധാരണക്കാരന് സംരക്ഷണം കൊടുക്കുന്ന പാർട്ടി സംവിധാനത്തെ ഇല്ലാതാക്കാനാണ് ശ്രമം. അപ്പോൾ ഒരു വിഭാഗം ആളുകൾ ചിന്തിക്കും! ബി ജെ പി കേന്ദ്രത്തിൽ അധികാരത്തിലുണ്ട്. തൃണമൂലിൽ നിന്ന് സംരക്ഷണം അവർ തരുമെന്ന്, അത് നടക്കാത്തതാണെന്ന് ബോദ്ധ്യപ്പെട്ടതിനാൽ ബംഗാളിൽ വിട്ടുപോയവർ തിരിച്ചു വന്നു തുടങ്ങിയിട്ടുണ്ട്. സമാനമായ സംഭവവികാസങ്ങളാണ് ലാറ്റിനമേരിക്കയിൽ സംഭവിച്ചത്. വല്ലാത്ത ഒരു ആക്രമണം കമ്യൂണിസ്റ്റ് പാർട്ടികൾക്കെതിരെ ഉണ്ടായി. ക്യൂബൻ വിപ്ലവത്തിന് ശേഷം ലാറ്റിനമേരിക്ക നടുങ്ങി. കമ്യൂണിസ്റ്റ് പാർട്ടികളെ ഇല്ലാതാക്കാൻ വലിയ തോതിൽ ശ്രമം നടന്നു. എന്നിട്ടും ക്യൂബ പിടിച്ചു നിന്നു. എങ്കിലും ലാറ്റിനമേരിക്കയിൽ കമ്യൂണിസ്റ്റ് പാർട്ടികൾ തളർന്നു. സമാന്തരമായി ചില കൂട്ടുകെട്ടുകൾ

ഉയർന്നു വന്നു. അത് പ്രാദേശിക വിഷയങ്ങളുടെ പേരിലായിരുന്നു താനും.

ലാറ്റിനമേരിക്കയിൽ സംഭവിച്ചത് ഇവിടെയും ആവർത്തിക്കാം. അപ്പോൾ മൊത്തത്തിലുള്ള പുനക്രമീകരണം താങ്കൾ മുന്നോട്ടു വയ്ക്കുന്നു

ഒന്ന് ഇത്തരത്തിലുള്ള പുനക്രമീകരണം.രണ്ട് തിരിച്ചടികൾക്കെതിരായ പ്രതിരോധം, അതിന് പാർട്ടിയെ സജ്ജമാക്കുക.

ആഗോളതലത്തിൽ കമ്യൂണിസ്റ്റ് പാർട്ടികളുടെ പ്രസക്തി സംബന്ധിച്ച ചർച്ചകൾ താങ്കൾ ശ്രദ്ധിച്ചിട്ടുണ്ടാവും. ഗ്രീസിൽ സിരിസ അധികാരത്തിലെത്തിയത് യാഥാസ്ഥിതിക കമ്യൂണിസ്റ്റ് പാർട്ടി ഉള്ളപ്പോഴാണ്.

പക്ഷെ കമ്യൂണിസ്റ്റുകാരും സീറ്റുകൾ നേടുന്നുണ്ട്. ഓരോ രാജ്യങ്ങളിലും സ്ഥിതിഗതികൾ വ്യത്യസ്തമാണ്. ഇന്ത്യയിൽ കമ്യൂണിസ്റ്റ് പാർട്ടിയുടെ വഴി ജനകീയ ജനാധിപത്യ വിപ്ലവമാണ്. യൂറോപ്പിൽ ഇത് സോഷ്യലിസ്റ്റ് വിപ്ലവമാണ്. പോർച്ചുഗൽ, സ്പെയിൻ തുടങ്ങിയ രാജ്യങ്ങൾ ഫാസിസം അതിന്റെ എല്ലാ ഭീകരതയോടും കൂടി അനുഭവിച്ചവരാണ്. അവിടെ ജനാധിപത്യത്തെക്കുറിച്ചാണ് ചർച്ച.

ഇന്ത്യയിൽ കമ്യൂണിസ്റ്റ് പാർട്ടിക്ക് വളരെ വലിയ ഉത്തരവാദിത്വമാണുള്ളത്. അത് വ്യക്തിപരമായി താങ്കളുടെ ചുമലിലാണ് താനും. പക്ഷെ രാഷ്ട്രീയമായും തിരഞ്ഞെടുപ്പിലും തിരിച്ചടികളാണ് ഉണ്ടായിരിക്കുന്നത്. ആശയപരമായും നിരവധി പ്രശ്നങ്ങൾ നേരിടുന്നു. താങ്കളെങ്ങനെ മറി കടക്കാൻ ഉദ്ദേശിക്കുന്നു. രണ്ടാമത്തെ കാര്യം, 1970 കളിൽ ബംഗാളിലൊഴികെ എവിടെയൊക്കെ തിരിച്ചടി കിട്ടുന്നുവോ അവിടെയൊക്കെ പാർട്ടി തളരുന്നതാണ് കാണുന്നത്..

രണ്ട് സെറ്റ് പ്രശ്നങ്ങൾ ഉണ്ട്. മൂർത്തമായ പ്രശ്നങ്ങളിൽ മൂർത്തമായ പരിശോധന നടത്തേണ്ടതുണ്ടെന്നാണ് ലെനിൻ പറഞ്ഞിരിക്കുന്നത്. വ്യവസ്ഥിതിയിലെ മാറ്റം സസൂക്ഷ്മം നിരീക്ഷിച്ചുകൊണ്ടു മാത്രമേ കമ്യൂണിസ്റ്റ് വിശകലനം സാദ്ധ്യമാകൂ. സാങ്കേതിക രംഗം പാടെ മാറിയിരിക്കുന്നു. ഞങ്ങൾ പഠിച്ചിരുന്ന കാലംപോലെ അല്ല. ഇന്ന് ലോക കാര്യങ്ങൾ അറിയാൻ ഔപചാരിക വിദ്യാഭ്യാസം വേണമെന്നില്ല. എഴുതാനും വായിക്കാനും അറിയാത്ത ഒരാൾക്ക് ടി വി കണ്ട് കാര്യങ്ങൾ മനസ്സിലാക്കാം. പൊതു പ്രസംഗങ്ങളുടെ കാലം മാറുകയാണ്. എസ് എഫ് ഐ പ്രസിഡണ്ടിനോട് ഞാൻ പറയാറുണ്ട് 30 മിനിട്ടിൽ താഴെ മാത്രമെ പ്രസംഗിക്കാവൂ എന്ന്. ഒരു സീരിയൽ എപ്പിസോഡിന്റെ ദൈർഘ്യത്തിലേക്ക് ചുരുങ്ങിയിരിക്കുന്നു ശ്രോതാവിന്റെ ശ്രദ്ധാകാലം, അതും പരസ്യ ഇടവേളകൾ ഉൾപ്പെടെ. ശരീര ഭാഷയിലുൾപ്പെടെ ഈ

മാറ്റങ്ങൾ ഉൾക്കൊള്ളണം. പരമ്പരാഗത വിഷയങ്ങളല്ല ഇപ്പേൾ ജനത്തിന് മുമ്പിലുള്ളത്. നോക്കൂ ഇന്ന് പാരിസ്ഥിതിക വിഷയങ്ങൾ പണ്ടെങ്ങുമില്ലാത്ത വിധം ഉയർന്നു വരുന്നു. ആഗോളതാപനം പോലുള്ള വിഷയങ്ങൾ ഉദാഹരണം. ഭൂമിയെത്തന്നെ ഇല്ലാതാക്കും വിധമാണ് മുതലാളിത്ത വികസന സങ്കല്പം. ഇത്തരം വിഷയങ്ങളിൽ കമ്യൂണിസ്റ്റ് പാർട്ടി നിലപാട് ഉറക്കെ പ്രഖ്യാപിക്കേണ്ടതുണ്ട്. മാർക്സിസം ഒരു വളരുന്ന പ്രത്യയശാസ്ത്രമാണ്. മാറ്റം ഉൾക്കൊള്ളാത്ത ഒരു സങ്കല്പവും നിലനില്ക്കില്ല. കടുംപിടിത്തങ്ങളിൽ നിന്ന് ക്രിയാത്മക വിലയിരുത്തലുകളിലേക്ക് ഞങ്ങളും മാറണം. പുതിയ സംഭവ വികാസങ്ങളെ വിശാല മാർക്സിസ്റ്റ് വീക്ഷണവുമായി സംയോജിപ്പിക്കണം. ഇരുപതാം പാർട്ടി കോൺഗ്രസിലെ പ്രത്യയശാസ്ത്ര പ്രമേയത്തിൽ ഇക്കാര്യങ്ങൾ വിശകലനം ചെയ്യുന്നുണ്ട്. ശീതയുദ്ധകാലത്തിന് ശേഷമുള്ള ലോകം ബഹുധ്രുവമാകുമെന്നായിരുന്നു ഞങ്ങളടക്കം വിലയിരുത്തിയത്. പകരം അമേരിക്കൻ സാമ്രാജ്യത്വം ഏകധ്രുവമാക്കാനുള്ള കുത്സിത ശ്രമങ്ങളാണ് നടത്തിയത്. സാമ്പത്തിക സ്രോതസ്സുകളിൽ, പ്രത്യേകിച്ച് എണ്ണപോലുള്ള പ്രകൃതി വിഭവങ്ങളിൽ മേല്ക്കോയ്മ സ്ഥാപിക്കാനാണ് അവരുടെ ശ്രമം. എപ്പോഴൊക്കെ മുതലാളിത്തം പ്രതിസന്ധിയിൽ അകപ്പെടുന്നുവോ, അപ്പോഴൊക്കെ സാധാരണക്കാരിൽ ഭാരം കെട്ടിവയ്ക്കാനാണ് മൂലധനശക്തികൾ ശ്രമിക്കുന്നത്. സോവിയറ്റ് യൂണിയന്റെ തകർച്ചക്ക് ശേഷം സാമ്രാജ്യത്വം ഏതൊക്കെ തരത്തിലാണ് അതിന്റെ ശക്തി വർദ്ധിപ്പിക്കാൻ ശ്രമിക്കുന്നതെന്ന് നോക്കുക. സൈനിക അധിനിവേശം അതിന്റെ ഒരു ഭാഗം മാത്രമാണ്. വിവിധ സംഘടനകളിലൂടെ ആഗോളതാപനമടക്കമുള്ള വിഷയങ്ങളിലൂടെ എല്ലാ ഭാരവും മൂന്നാം ലോക രാജ്യങ്ങൾക്കുമേൽ കെട്ടി വയ്ക്കാനാണ് ശ്രമം. ഇവക്ക് പ്രതിരോധം തീർക്കാനാവില്ലെങ്കിൽ നിങ്ങൾക്ക് സ്വന്തം രാജ്യത്ത് പോലും രക്ഷയുണ്ടാവില്ല. ഇന്ത്യയിലും സ്ഥിതിഗതി വ്യത്യസ്തമല്ല. ബി ജെ പിയും കോൺഗ്രസും ഒരേ നാണയത്തിന്റെ രണ്ട് വശങ്ങളാണ്. രണ്ട് തരം ഇന്ത്യ നിലനില്ക്കുന്നു, വളരുന്നതും തളരുന്നതും. അത് കോർപ്പറേറ്റ് ഇന്ത്യയെന്നും ബി പി എൽ ഇന്ത്യ എന്നും വിവക്ഷിക്കാം. ജാതീയതയും പ്രാദേശികതാവാദവും സ്വത്വ രാഷ്ട്രീയവുമെല്ലാം വർഗ്ഗ സമരത്തിൽ നിന്ന് ജനങ്ങളെ വ്യതിചലിപ്പിക്കുന്നു. ഈ വിഷയങ്ങൾ എല്ലാം പ്രത്യയശാസ്ത്ര പ്രമേയം വിലയിരുത്തുന്നുണ്ട്.

പാർട്ടിക്കെതിരെ ഇനിയും വിമർശനങ്ങൾ നിലനില്ക്കുന്നു. പോരാട്ടങ്ങൾ സംഘടിപ്പിക്കാനുള്ള പാർട്ടിയുടെ ശേഷിക്കുറവിനെക്കുറിച്ച് വിമർശകർ രൂക്ഷമായ ഭാഷയിൽ പ്രതികരിക്കുന്നു. കമ്യൂണിസ്റ്റ് പാർട്ടിയുടെ കെട്ടിലും മട്ടിലും എന്ത് വ്യത്യാസമാണുണ്ടാവുക.

സാമ്രാജ്യത്വത്തിന്റെ പുത്തൻ ഭാവങ്ങളെ പാർട്ടി വിലയിരുത്തുന്നുണ്ട്. രാജ്യത്തിന്റെ അഖണ്ഡതയും ജനതയുടെ പ്രതീക്ഷകളും പണയം വയ്ക്കുന്ന സർക്കാരിനെതിരെ വലിയ സമരങ്ങൾ ഉയർന്നു വരേണ്ടതുണ്ട്. ഉദാരവല്ക്കരണ നയങ്ങളെ ചെറുക്കാത്തിടത്തോളം കാലം രാജ്യത്തിന് നന്മ ഉണ്ടാകില്ല. വലതുപക്ഷജനദ്രോഹ രാഷ്ട്രീയ പാർട്ടികൾക്ക് ബദൽ ശക്തമായ ഇടതുപക്ഷമാണ്. ഈ സാഹചര്യങ്ങളൊക്കെ നിലനിന്ന ലാറ്റിനമേരിക്കൻ രാജ്യങ്ങളിൽ വലിയ മാറ്റം ഉണ്ടായില്ലേ. പുതിയ സാഹചര്യങ്ങളെക്കുറിച്ച് പ്രത്യയശാസ്ത്ര വ്യക്തത ഉണ്ടാകേണ്ടതുണ്ട്. ഇതൊക്കെ ചർച്ച ചെയ്യാനാണ് സംഘടനാ പ്ലീനം വിളിച്ചിരിക്കുന്നത്. പ്രാദേശിക വിഷയങ്ങളിലൂന്നി നിന്നുകൊണ്ട് ദേശീയ പ്രതിരോധം സൃഷ്ടിക്കുക എന്നത് തന്നെയാണ് പാർട്ടി ആഗ്രഹിക്കുന്നത്. വയനാട്ടിലും ഇടുക്കിയിലും ആദിവാസികൾ നേരിടുന്ന പ്രശ്നങ്ങൾ ഞാൻ ദില്ലിയിലിരുന്ന് ചർച്ച ചെയ്ത് തീരുമാനിച്ചിട്ട് എന്താവാനാണ്? അത് അതത് പ്രദേശങ്ങളിൽ തന്നെ ഇടപെട്ട് തീരുമാനിക്കേണ്ട കാര്യങ്ങൾ ആണ്. പാർട്ടി അത്തരത്തിലുള്ള സമരങ്ങൾതന്നെയാണ് വരും കാലങ്ങളിൽ നടത്തുക. ഈ സമരങ്ങൾക്ക് വൻ ജനപിന്തുണ ഉണ്ടാവുക തന്നെ ചെയ്യും.

പാർട്ടിയുടെ വളർച്ച സംബന്ധിച്ച് ചില തിരിച്ചറിവുകൾ ഉണ്ടാകേണ്ടതല്ലേ. ഹിന്ദി ഹൃദയഭൂമിയിൽ പാർട്ടിയുടെ വളർച്ച മുരടിച്ച് നില്ക്കുന്നു. ബംഗാളിലെ തിരിച്ചടി ഉണ്ടാക്കിയ നിരാശ. ഇതിനെയൊക്കെ എങ്ങനെ മറികടക്കും. അതുപോലെ തന്നെ സമൂഹത്തിലെ ചില പ്രത്യേക വിഷയങ്ങളിൽ ഇടപെടാൻ പാർട്ടി മടിക്കുന്നുവെന്ന വിമർശനമുണ്ട്, ലിംഗപരമായ പ്രശ്നങ്ങളിൽ, ഫെമിനിസ്റ്റ് മുന്നേറ്റങ്ങളിൽ. ഇത്തരം വിഷയങ്ങളോട് പുറംതിരിഞ്ഞ് നില്ക്കുക വഴി വലിയൊരു ജനവിഭാഗത്തിന്റെ പിന്തുണ പാർട്ടി നഷ്ടപ്പെടുത്തുകയല്ലേ ചെയ്യുന്നത്.

ജനകീയ സമരങ്ങളിലൂടെ മാത്രമെ പാർട്ടിക്ക് വളരാനാകൂ. ഈ പറഞ്ഞ മേഖലകളിലൊക്കെ സമരങ്ങൾ ഉയർത്തിക്കൊണ്ടു വരിക തന്നെ ചെയ്യും. അതിനായി പാർട്ടി സ്വയം ശക്തിപ്പെടാനുള്ള മാർഗ്ഗങ്ങളാണ് ഞങ്ങൾ ആരായുന്നത്. അത്തരം പരീക്ഷണങ്ങളാണ് നടത്തുന്നത്. മാറിയ സാമൂഹിക സാഹചര്യങ്ങൾ പാർട്ടി വിലയിരുത്തുന്നുണ്ട്. ഇപ്പോൾത്തന്നെ ഞങ്ങൾ പുതിയ മാർഗ്ഗത്തിലാണ്. ഇതിനായി ഒരു പൊതുനയമുണ്ട്. പ്രശ്നങ്ങൾ തിരിച്ചറിയാൻമാത്രമാണ് പൊതുനയം. ഇന്ത്യയിലെ വർഗ്ഗസമരം രണ്ടു തരത്തിൽ വിലയിരുത്തണം. സാമ്പത്തിക ചൂഷണങ്ങൾക്കെതിരായുള്ളതും, സാമൂഹിക അടിച്ചമർത്തലിനെതിരായുള്ളതും. ജാതീയവും ലിംഗപരവുമായ പ്രശ്നങ്ങളും ആദിവാസി പ്രശ്നങ്ങളും സാമൂഹിക അടിച്ചമർത്തലിനെതിരായുള്ള സമരങ്ങളിൽ

പെടുന്നതാണ്. ഈ രണ്ട് പോർമുഖങ്ങളും വർഗ്ഗസമരത്തിന്റെ വിശാല ഭൂമികയിലേക്ക് കൂട്ടി ഇണക്കാനാണ് പാർട്ടി ശ്രമിക്കുന്നത്. കേരളത്തിലിത് മുമ്പുതന്നെ പാർട്ടി പ്രവർത്തികമാക്കിയിട്ടുള്ളതാണ്. സ്വാമി വിവേകാനന്ദൻ പറഞ്ഞു കേരളം ഭ്രാന്താലയമാണെന്ന്. ജാതി സമ്പ്രദായത്തെ മറി കടന്ന് കേരളം ഇന്ത്യക്ക് തന്നെ മാതൃക ആയതങ്ങനെയാണ്. സാമൂഹിക യാഥാർത്ഥ്യങ്ങൾ തിരിച്ചറിയുന്നതിൽ കേരളത്തിലെ പാർട്ടി വിജയിച്ചു.. ക്ഷേത്ര പ്രവേശന സമരങ്ങളിൽ വരെ കമ്യൂണിസ്റ്റ് നേതാക്കളായിരുന്നു മുന്നിൽ. കമ്യൂണിസ്റ്റ് പാർട്ടിക്ക് ഒരിക്കലും വാതിലുകൾ അടച്ചിടാനാകില്ല. പാർട്ടിയുടെ സ്വാധീനം കുറയുന്നുവെന്ന പ്രസ്താവന ശരിയല്ല. കമ്യൂണിസ്റ്റ് പാർട്ടിയുടെ ജനസ്വാധീനം കേവലം തിരഞ്ഞെടുപ്പ് കണക്കുകളിൽ കൂടി മാത്രം അളക്കാവുന്നതല്ല. അതിന്റെ അളവുകോൽ ജനമുന്നേറ്റത്തിന്റെയും ജനകീയ പോരാട്ടത്തിന്റെയും അടിസ്ഥാനത്തിലുള്ളതാണ്. വലിയ സമരങ്ങൾ ജനവിരുദ്ധ നയങ്ങൾക്കെതിരെ വന്നുകഴിഞ്ഞു. ജനപിന്തുണയുടെ കണക്കെടുത്താൽ അവയൊക്കെ വിജയങ്ങളാണ് താനും.

മതവിശ്വാസവും കമ്യൂണിസ്റ്റ് പാർട്ടിയും സംബന്ധിച്ച് ഒരു ചർച്ച കേരളത്തിൽ നടക്കുന്നുണ്ട്. മതവിശ്വാസത്തെ പാർട്ടി എങ്ങനെയാണ് കാണുന്നത്.

മതത്തോടുള്ള മാർക്സിയൻ സമീപനം വളരെ വ്യക്തമാണ്. മാർക്സിസത്തിന്റെ പരിണാമംതന്നെ ഈ വിഷയവുമായി ബന്ധപ്പെട്ടതാണ്. ലുഡ്‌വിഗ് ഫോയർബാഹിന്റെ ശിഷ്യനായിരുന്നു മാർക്സ്. ക്ലാസെടുക്കുമ്പോൾ ഹെഗലിയൻ തത്ത്വശാസ്ത്രത്തെക്കുറിച്ചായിരുന്നു ചർച്ച. പുരോഗമന ആശയങ്ങൾ മാർക്സിന് പകർന്നു നല്കുന്നതിൽ ഫോയർബാഹിന് വലിയ പങ്കാണ് ഉള്ളത്. മനുഷ്യ മനസ്സിനെ സ്വതന്ത്രമാക്കാതെ ചൂഷണങ്ങൾ അവസാനിപ്പിക്കാനാവില്ലെന്ന് ഫോയർബാഹ് പറയുമാ

യിരുന്നു. മതത്തിൽ നിന്ന് മുക്തി നേടാതെ മനുഷ്യമനസ്സിനെ സ്വതന്ത്ര മാക്കാനാവില്ല. മാർക്സിന് ഇതിലെവിടെയോ കല്ലുകടി അനുഭവപ്പെട്ടു. ഹെഗലിയൻ സിവിൽ സൊസൈറ്റി ആശയത്തെതന്നെ മാർക്സ് ചോദ്യം ചെയ്തു. ഹെഗൽ പറയുന്ന സിവിൽ സൊസൈറ്റിയുടെ ഘടന രാഷ്ട്രീയ സമ്പദ്വ്യവസ്ഥയുമായി ബന്ധപ്പെട്ടതാണ്. പൊതുബോധമാണ് സാമൂഹിക സാഹചര്യങ്ങളെ നിർണ്ണയിക്കുന്നത് എന്നതിന് പകരം സാമൂഹിക സാഹചര്യങ്ങളാണ് പൊതുബോധത്തെ നിർണ്ണയിക്കുന്നതെന്ന തീർപ്പിലേക്കാണ് മാർക്സ് എത്തിച്ചേർന്നത്. പൊതുബോധത്തിലാണ് മാറ്റം വരുത്തേണ്ടതെന്ന് ഫോയർബാഹ് പറയുന്നുണ്ടെങ്കിലും ആ പൊതുബോധം ഭൗതിക സാഹചര്യമനുസരിച്ചാണ് രൂപം കൊള്ളുക. അതായത് ഭൗതിക സാഹചര്യങ്ങൾ മാറിയില്ലെങ്കിൽ പൊതുബോധത്തെ മാറ്റാനാവില്ലെന്നും പൊതുബോധത്തെ മാറ്റിയില്ലെങ്കിൽ മനുഷ്യൻ ചൂഷണത്തിൽ നിന്ന് മുക്തനാവില്ലെന്നും മാർക്സ് വിലയിരുത്തി. ഇതൊക്കെ ചൂണ്ടിക്കാട്ടുന്നത് മാർക്സിയൻ പ്രത്യയശാസ്ത്രത്തിന്റെ പരിണാമം തന്നെ മതവുമായി ബന്ധപ്പെട്ട ചർച്ചകളുമായി ബന്ധപ്പെട്ടു കിടക്കുന്നു എന്നതാണ്. ഇവിടാണ് എംഗൽസിന്റെ വിലയിരുത്തൽ വരുന്നത്. ഒരാൾ എംഗൽസിനോട് ചോദിച്ചു. ഇങ്ങനെയാണ് കാര്യങ്ങളെങ്കിൽ എന്തുകൊണ്ട് ശക്തമായ ആക്രമണം മതത്തിനെതിരെ നടത്തുന്നില്ല എന്ന്. എംഗൽസിന്റെ മറുപടി ഇങ്ങനെയായിരുന്നു

> മതത്തിനെതിരെ ധൃതി പിടിച്ച് നടത്തുന്ന ആക്രമണം മതത്തിനെതിരായ ആക്രമണം മാത്രമായി ചുരുങ്ങും. ഞങ്ങൾ ശ്രമിക്കുന്നത് യഥാർത്ഥ ലോകം മാറ്റാനാണ്. മതത്തിന്റെ ആവശ്യം ജനങ്ങൾക്ക് അനുഭവപ്പെടാത്ത തരത്തിലായിരിക്കണം ആ മാറ്റം.

"അങ്ങനെയാണ് മാർക്സിന്റെ ആ പ്രധാന ഉദ്ധരണി വരുന്നത്." അടിച്ചമർത്തപ്പെടുന്നവന്റെ നിശ്വാസമാണ് മതം, ഹൃദയമില്ലാത്ത ലോകത്തിന്റെ ഹൃദയമാണ് മതം, ആത്മാവില്ലാത്ത ലോകത്തിന്റെ ആത്മാവാണ് മതം, മതം മനുഷ്യനെ മയക്കുന്ന കറുപ്പാണ്."

കേരളത്തിലേക്ക് വന്നാൽ. കേരളത്തിൽ സവിശേഷ സാഹചര്യങ്ങളാണുള്ളത്. കമ്യൂണിസ്റ്റ് പാർട്ടിക്ക് നല്ല അടിത്തറയുണ്ട്, അതേസമയം സമുദായ സംഘടനകൾ സജീവമാണ് താനും. അടുത്ത വർഷം തിരഞ്ഞെടുപ്പാണ്. കേരളത്തെ മുൻനിർത്തിയുള്ള തീരുമാനങ്ങൾ.

കേരളത്തിൽ നിരവധി വിഷയങ്ങൾ സി പി ഐ (എം) ഉം എൽ ഡി എഫ് ഉം ഏറ്റെടുക്കുന്നുണ്ട്. ഒപ്പംതന്നെ പാർട്ടിയെയും മുന്നണിയെയും കൂടുതൽ ശക്തിപ്പെടുത്തേണ്ടതുണ്ട്. ചില ഘടകകക്ഷികൾ ഇടതുമുന്നണി വിട്ടു. ആശയപരമായി യോജിക്കുന്നവരെ തിരിച്ചു

കൊണ്ടുവരേണ്ടതുണ്ട്. ആദ്യമായി കേരളത്തിലെ ജനങ്ങളെ അഭിനന്ദിക്കേ ണ്ടതുണ്ട്. മുന്നണി സംവിധാനത്തെ വളരെ സമർത്ഥമായി വരിച്ചവരാണ് കേരള ജനത. മാറി മാറി എൽ ഡി എഫിനും യു ഡി എഫിനും ഭരണം നൽകുന്നു. ഇരു മുന്നണികളെയും വിശ്രമിക്കാൻ അനുവദിക്കുന്നുമില്ല. കേരളം എല്ലായ്പ്പോഴും മറ്റു സംസ്ഥാനങ്ങൾക്ക് മാതൃകയാണ്. കേരള മോഡൽ ഇ എം എസിന്റെ കാലംതൊട്ട് ചർച്ച ചെയ്യപ്പെടുന്ന കാര്യമാണ്. ഗൾഫ് പണത്തിന്റെ സ്വാധീനമൊക്കെ കേരളത്തിന്റെ പരമ്പരാഗത സാമ്പത്തിക ശീലങ്ങളെ മറികടക്കാൻ സഹായിച്ചു.

പക്ഷേ ജാതിമത ശക്തികൾ അവരുടെ സ്വാധീനം വർദ്ധിപ്പിക്കാൻ ശ്രമിക്കുന്നില്ലേ.

ജാതിമത ശക്തികൾ ഉണ്ട്. പക്ഷെ പുരോഗമന പ്രസ്ഥാനങ്ങളുടെ ശക്തമായ സ്വാധീനം ഇതിനെയൊക്കെ മറികടക്കാൻ കേരള ജനതയെ സഹായിച്ചു. ആദ്യത്തെ കമ്യൂണിസ്റ്റ് മന്ത്രിസഭയെ അധികാരത്തിലേറ്റിയ ജനതയല്ലേ. ഇവിടെ ക്ഷേത്ര പ്രവേശന സമരത്തിലും സാമൂഹിക സുരക്ഷിതത്വത്തിനു വേണ്ടിയുള്ള പോരാട്ടങ്ങളിലുമൊക്കെ പാർട്ടി ജനങ്ങൾക്കൊപ്പം നിന്നു. എല്ലാവരെയും അമ്പരപ്പിച്ച് കമ്യൂണിസ്റ്റ് സർക്കാർ തന്നെ കേരളത്തിന് ദൈവത്തിന്റെ സ്വന്തം നാടെന്ന് പേരിട്ടു. ലോകത്ത് തീർച്ചയായും കാണേണ്ട 10 സ്ഥലങ്ങളിലൊന്നായി കേരളം മാറിയിരിക്കുന്നു. സഞ്ചാരികളുടെ പറുദീസ ആയിരിക്കുകയാണ് കേരളം. പരമ്പരാഗത വ്യവസായ സങ്കല്പങ്ങളോട് വിട പറഞ്ഞ് ടൂറിസം സാദ്ധ്യത കളും കേരളം പ്രയോജനപ്പെടുത്തുന്നു. ഉൾനാടൻ ജലഗതാഗതത്തിന്റെ സാദ്ധ്യതയും കേരളം പ്രയോജനപ്പെടുത്തുന്നു. അനിയന്ത്രിത വ്യവസായ വല്ക്കരണത്തിന് പകരം സേവന മേഖലയെ ശക്തിപ്പെടുത്തിക്കൊണ്ടു ള്ള വികസന കാഴ്ചപ്പാട് കേരളം മുന്നോട്ടുവച്ചു. ഐ ടി മേഖലയിലും ശക്തമായ സാന്നിദ്ധ്യമാണ് ലോകത്ത് തന്നെ കേരളം.

കൂടുതൽ രാഷ്ട്രീയ ചോദ്യങ്ങളിലേക്ക് വന്നാൽ, മുന്നണി വിപുലീകരണ ത്തെകുറിച്ച് താങ്കൾ സൂചിപ്പിച്ചു. എൽ ഡി എഫ് വിട്ടവരെ തിരിച്ചു കൊ ണ്ടുവരലാണോ അതോ യു ഡി എഫ് ഘടകകക്ഷികളെ ഒപ്പം കൂട്ടലാ ണോ ഉദ്ദേശിക്കുന്നത്.

ഒരു പാർട്ടിക്കുമൊപ്പം നിലയുറപ്പിക്കാത്ത ജനവിഭാഗങ്ങളുടെ പിന്തുണ കൂടി നേടണം. കേരളം വളരെ രാഷ്ട്രീയവല്ക്കരിക്കപ്പെട്ട സംസ്ഥാനമാണ്. ഒന്നോ രണ്ടോ ശതമാനം വോട്ട് മാറിയാൽ തന്നെ തിരഞ്ഞെടുപ്പ് രംഗത്ത് കാതലായ മാറ്റങ്ങൾ വരും. ഒന്നോ രണ്ടോ രാഷ്ട്രീയ കക്ഷികളെ അടർത്തിയെടുക്കുന്നതിനു പകരം ജനപിന്തുണ

ശക്തമാക്കണം. ഇനി യു ഡി എഫ് ഘടകകക്ഷികൾക്ക് മുന്നണി വിട്ട് എൽ ഡി എഫിനോടൊപ്പം ചേരണമെങ്കിൽ അതും ചർച്ച ചെയ്യാവുന്നതാണ്. എൽ ഡി എഫ് വിട്ടു പോയവരെ കൂടെ കൂട്ടുന്ന കാര്യവും പരിഗണനയിലുണ്ട്.

അതായത് എൽ ഡി എഫ് വിട്ടു പോയ കക്ഷികളും പരമ്പരാഗത UDF കക്ഷികളും പരിഗണനയിൽ.

അതെ രണ്ട് സെറ്റ് പാർട്ടികൾ. ഇ എം എസിനെ കുറിച്ച് ഒരാൾ പറഞ്ഞു, ഇ എം എസ് ഒരു ചർച്ച തുടങ്ങി വച്ചാൽ കേരളം രണ്ടായി മാറും. ഇ എം എസിനെ അനുകൂലിക്കുന്നവരും എതിർക്കുന്നവരും. അത് ഒരു കാഴ്ചപ്പാട് മുന്നോട്ടു വയ്ക്കലാണ്. ഒരു കാഴ്ചപ്പാട് മുന്നോട്ടു വയ്ക്കുന്നവരെ മാത്രമെ കേരള ജനത അംഗീകരിക്കുകയുള്ളു. അതാണ് ജനം പ്രതീക്ഷിക്കുന്നതും.

അതായത് കക്ഷികളുടെ എണ്ണം കൂട്ടുന്നതിനൊപ്പം പ്രാധാന്യം നൽകുന്നത് ജനത്തിന് സ്വീകാര്യമായ ഒരു കാഴ്ചപ്പാട് മുന്നോട്ടു വയ്ക്കുന്നതും പ്രധാനപ്പെട്ടതാണ്.

അതെ.

അടുത്ത കാര്യം കേരളത്തിലെ പാർട്ടിയുടെ ആഭ്യന്തര കാര്യമാണ്. അത് പരിശോധിക്കാൻ ഒരു പൊളിറ്റ് ബ്യൂറോ കമീഷനെ നിയോഗിച്ചിട്ടുണ്ട്. ആ കമീഷന്റെ ഭാവി എന്താണ്.

ഇക്കാര്യത്തിൽ കൂട്ടായ തീരുമാനമെടുക്കും. കമീഷനെ നിയോഗിച്ച പി ബി ഇപ്പോഴില്ല. ആ പി ബിയെ തെരഞ്ഞെടുത്ത കേന്ദ്രകമ്മിറ്റിയും നിലവിലില്ല. പുതിയ കമ്മിറ്റികൾ നിലവിൽ വന്നു കഴിഞ്ഞു. ഇക്കാര്യത്തിൽ കൂട്ടായ ഒരു തീരുമാനം എടുക്കും.

അതായത് ആ പി ബി കമീഷൻ നിലവിലില്ല.

അങ്ങനെ പറയാൻ കാരണമെന്തെന്നാൽ ആ കമീഷനിൽ അംഗമായ ഒരാൾ ഇന്ന് സജീവമായില്ല.

കമീഷനിൽ മാറ്റം വരും എന്നാണോ.

കമീഷനിൽ മാറ്റമുണ്ടാവും. പരിഗണനാ വിഷയങ്ങളിൽ ആവശ്യമെങ്കിൽ മാറ്റമുണ്ടാവും.

അന്വേഷണം പൂർത്തീകരിക്കുന്നത് സംബന്ധിച്ച് അവസാന തിയ്യതി നിശ്ചയിക്കുമോ.

അതും പുതിയ കമ്മിറ്റി തീരുമാനിക്കും.

വലിയൊരു കടമ്പ തന്നെയാണ് മുന്നിൽ. ദു:സ്വപ്നം കാണാൻ തുടങ്ങിയോ.

ഇതുവരെയില്ല, പക്ഷെ ഉണ്ടാവാം (ചിരിക്കുന്നു). എന്നെ അമ്പരപ്പിക്കുന്ന തരത്തിൽ വലിയ പ്രതീക്ഷകളാണ് ഉള്ളത്. എല്ലാ തീരുമാനവും കൂട്ടായ തീരുമാനമാവും.

മറ്റൊരു ചർച്ച കേരളത്തിൽ നടക്കുന്നത് പാർട്ടി പ്രധാന പട്ടണങ്ങളിൽ നിന്ന് അപ്രത്യക്ഷമാകുന്നതിനെക്കുറിച്ചാണ്. മുംബൈയിലും ദില്ലിയിലുമെല്ലാം പാർട്ടിക്ക് തിരിച്ചടികളേറ്റു.

ഓരോ ഫാക്ടറി ഗെയ്റ്റിലും ഓരോ കിണറുകൾക്ക് മുകളിലും ചെങ്കൊടി ഉയരണമെന്നാണ് ആഗ്രഹം. അതാണ് പുതിയ മുദ്രാവാക്യം

താങ്കളിൽ നിന്ന് പുതിയ മുദ്രാവാക്യങ്ങൾ തന്നെയാണ് ജനം പ്രതീക്ഷിക്കുന്നത്. പശ്ചിമ ബംഗാളിലൊക്കെ പാർട്ടി പ്രവർത്തകർ വല്ലാതെ നിരാശയിലേക്ക് നീങ്ങുന്നു.

ഇന്ത്യൻ നവോത്ഥാനത്തിന് ഊർജ്ജം പകർന്ന നിരവധി നേതാക്കൾ കേരളത്തിലും ബംഗാളിലുമുണ്ട്. ആ നവോത്ഥാന മൂല്യങ്ങൾ ഇന്ന് ബംഗാളിലില്ല.

താങ്കളുടെ ശ്രദ്ധ കൂടുതലായും ബംഗാൾ രാഷ്ട്രീയത്തിൽ ആവുമോ.

ബംഗാളും കേരളവും പാർട്ടിയുടെ രണ്ട് കണ്ണുകൾ ആണെന്ന് പറയാറുണ്ട്.വേദനിക്കുന്ന കണ്ണിനല്ലേ കൂടുതൽ ശ്രദ്ധ നല്കുക.

78 ലെ സാൽക്കിയ പ്ലീനത്തിൽ ഹിന്ദി ഹൃദയഭൂമിയിൽ പാർട്ടിയെ ശക്തമാക്കുന്നതിനെക്കുറിച്ച് ചർച്ച ചെയ്തു. പക്ഷെ കാര്യമായ പുരോഗതി ഉണ്ടായില്ല! വീണ്ടും പ്ലീനം ചേരുന്നു, ആ ഗതി തന്നെ യാണോ ഉണ്ടാവുക

അങ്ങിനെയാകില്ലെന്നാണ് പ്രത്യാശ. പ്രശ്നങ്ങൾ എല്ലാം വിശദമായി ചർച്ച ചെയ്യും.

കാല്പനിക കമ്യൂണിസ്റ്റ് സങ്കല്പങ്ങളൊന്നും ഇന്നത്തെ യുവ തലമുറ കൊണ്ടുനടക്കുന്നില്ല.

പണ്ടത്തെ അവസ്ഥയല്ല ഇന്നുള്ളത്. ഭൂരിഭാഗം വിദ്യാർത്ഥികളും സ്വകാര്യ സ്ഥാപനങ്ങളിലാണ് പഠിക്കുന്നത്. ഇവിടങ്ങളിൽ വിദ്യാർത്ഥി രാഷ്ട്രീയം അനുവദനീയവുമല്ല.

ആഗോളവല്ക്കരണ കാലഘട്ടത്തിൽ യുവതലമുറയുടെ വികാര വിചാരങ്ങൾ മാറുകയാണ്.

അവർ യാഥാർത്ഥ്യങ്ങളിൽ നിന്ന് അകലെയാണ്.ഞാൻ സിലിക്കോൺ വാലിയിൽ ആന്ധ്രയിൽനിന്നുള്ള നിരവധി പേരെ കണ്ടു. നിരവധി ഇന്ത്യക്കാർ സിലിക്കോൺ വാലിയിലുണ്ട്. എനിക്കിവരിൽ അഭിമാനം ഉണ്ട്. എന്നാൽ പ്രശ്നം അവരുടെ ലോകം അതുമാത്രമാണ് എന്നതാണ്. എന്നാൽ ഒരു ആഗോള സാമ്പത്തിക പ്രതിസന്ധിയുണ്ടാ യാൽ ചിത്രം മാറും.

ഇന്ത്യയിൽ ഇടത് പാർട്ടികൾ ശ്രദ്ധയോടെ കാണേണ്ട ഒരു കാര്യമുണ്ട്. നരേന്ദ്രമോദിയുടെ നേതൃത്വത്തിൽ നടക്കുന്ന സാംസ്കാരിക അധിനിവേശം.

അതൊരു വെല്ലുവിളി തന്നെയാണ്. അതിനെക്കുറിച്ച് ഞങ്ങൾ ബോധവാന്മാർ ആണു താനും. പാർലമെന്റിൽ ശക്തമായ പ്രതിരോധ മാണ് ഞങ്ങൾ തീർക്കുന്നത്. പ്രസംഗിക്കുമ്പോൾ ഞാൻ പറയാറുണ്ട് എന്നെ വിമർശിക്കാൻ. 'സീതാറാം' എന്നു വിളിക്കുമ്പോൾ താങ്കൾക്ക് പുണ്യം കിട്ടുകയാണെന്ന്.

സീതയും രാമനും അവിടുണ്ട്.

ഇത്തരത്തിലുള്ള പ്രയോഗങ്ങൾക്ക് നല്ല ശ്രദ്ധ കിട്ടും. താങ്കൾ സാംസ്കാരിക അധിനിവേശത്തെക്കുറിച്ച് പറഞ്ഞത് വളരെ ശരിയാണ്. വിദ്യാഭ്യാസമടക്കമുള്ള മേഖലകൾ ഹിന്ദുത്വവല്ക്കരിക്കാനാണ് ശ്രമം. ഏറ്റവും മോശം വോട്ട് ബാങ്ക് രാഷ്ട്രീയമാണ് ബി ജെ പി ഇപ്പോൾ കളിക്കുന്നത്. അതൊരു വല്ലാത്ത അപകടമാണ്. അവർ രാജ്യത്തെ മതത്തിന്റെ പേരിൽ വിഭജിക്കും, നശിപ്പിക്കും.

മറ്റൊരു കാര്യം കോൺഗ്രസിനെക്കുറിച്ചാണ്. കോൺഗ്രസ് പഴയ കോൺഗ്രസ് അല്ല, ഇന്ന് അധികാരത്തിൽ ഇല്ല. ബംഗാളിൽ സി പി ഐ (എം) നെ പോലെ കോൺഗ്രസും തൃണമൂലിനും ബി ജെ പിക്കും എതിരെ മത്സരിക്കുന്നു. കോൺഗ്രസുമായി ഏതെങ്കിലും തരത്തിൽ തിരെഞ്ഞെടുപ്പ് സഖ്യത്തിന് സാദ്ധ്യത ഉണ്ടോ.

കോൺഗ്രസുമായി തിരഞ്ഞെടുപ്പ് സഖ്യമോ ധാരണയോ ഉണ്ടാകില്ല. വർഗ്ഗീയ കക്ഷികൾ അധികാരത്തിൽ വരാൻ തന്നെ കാരണം കോൺഗ്രസിന്റെ ഭരണവും നയങ്ങളുമാണ്. യു പി എ 2 സർക്കാർ നടപ്പാക്കിയ ജനദ്രോഹ നയങ്ങളാണ് ബി ജെ പിയുടെ മുന്നേറ്റത്തിന് കാരണം. കോൺഗ്രസിനാകട്ടെ ഈ നയങ്ങളിൽ പശ്ചാത്താപവുമില്ല. കോൺഗ്രസുമായി കൂട്ടുകൂടുന്നത് ഞങ്ങളുടെ വിശ്വാസ്യതയെ ഇല്ലാതാക്കും.

അതുപോലെ ദേശീയതലത്തിൽ ജയലളിതയുമായും മായാവതിയുമായുമൊക്കെ കൂട്ടുകൂടാൻ ശ്രമിച്ചത് തിരിച്ചടിയായില്ലേ.

അത് തിരിച്ചറിഞ്ഞതുകൊണ്ടാണ് സഖ്യസാദ്ധ്യതകൾ തേടുന്നതിനപ്പുറം പാർട്ടിയെ കൂടുതൽ ശക്തിപ്പെടുത്തുക എന്ന ലക്ഷ്യത്തിലേക്ക് ഞങ്ങൾ എത്തിച്ചേർന്നത്. പാർട്ടി ശക്തമായാൽ മാത്രമേ ഇടതുപക്ഷം ശക്തമാകൂ.

തിരഞ്ഞെടുപ്പ് രാഷ്ട്രീയത്തിലേക്ക് വരുമ്പോൾ ബീഹാറിൽ തിരഞ്ഞെടുപ്പ് അടുക്കുന്നു. അവിടെ നിധീഷ്കുമാറും ലാലുവുമായൊക്കെ സഖ്യസാദ്ധ്യതകൾ തേടേണ്ടി വരില്ലേ.

പ്രാദേശികതലത്തിൽ തിരഞ്ഞെടുപ്പ് നീക്കുപോക്കുകൾ ഉണ്ടാകാം. എന്നാൽ അതൊന്നും ദേശീയതലത്തിലെ സഖ്യം ഉദ്ദേശിച്ചാവില്ല. 2009 ൽ സമാന്തര മതനിരപേക്ഷ സർക്കാരിനു വേണ്ടിയാണ് ഞങ്ങൾ ശ്രമിച്ചത്. അതിന് വിശ്വാസ്യത നേടിയെടുക്കാനായില്ലല്ലോ. ഭൂതകാല അനുഭവങ്ങളിൽനിന്ന് ഞങ്ങൾ പഠിച്ചു. വിശ്വാസ്യത കളഞ്ഞുകുളിക്കുന്ന പരിപാടിക്കില്ല.

രാഷ്ട്രീയ അടവ് ലൈൻ സംബന്ധിച്ച് പാർട്ടി കോൺഗ്രസ് രണ്ടു ദിവസം ചർച്ച ചെയ്തു. പക്ഷെ ജ്യോതിബസുവിനെ പ്രധാനമന്ത്രിയാക്കാൻ കിട്ടിയ അവസരം വേണ്ടെന്നു വച്ചതിനെ കുറിച്ച് പുനർവിചിന്തനം നടത്തിയില്ല. എനിക്കറിയാം, കല്ക്കത്ത പാർട്ടി കോൺഗ്രസ് ഇക്കാര്യം ചർച്ച ചെയ്തെന്ന് താങ്കൾ പറയുമെന്ന്.

കല്ക്കത്ത പാർട്ടി കോൺഗ്രസിൽ തന്നെ ഇക്കാര്യത്തിൽ തീരുമാനം എടുത്തതാണ്. ഭാവിയിൽ ഇത്തരം കാര്യങ്ങൾ ഉണ്ടാകുമ്പോൾ മൂർത്തമായ സാഹചര്യങ്ങൾക്കനുസരിച്ച് തീരുമാനമെടുക്കുമെന്ന്. ഇപ്പോഴത്തെ ലക്ഷ്യം പാർട്ടിയെ ഇന്ത്യയുടെ പ്രഥമ അജണ്ടയിലെത്തിക്കുക എന്നാണ്.

വളരെ നന്ദി ഇത്രയും നേരം ഞങ്ങളോട് സഹകരിച്ചതിന്.

വലിയ വെല്ലുവിളികളാണ് മുന്നിലുള്ളത്. എന്നാലും എനിക്ക് ആത്മവിശ്വാസമുണ്ട്. പ്രതികൂലസാഹചര്യങ്ങൾ മറികടക്കാനാവും.

ഇടതുപക്ഷം ഇന്ത്യയുടെ വഴികാട്ടി

സീതാറാം യെച്ചൂരി/
സാജൻ എവുജിൻ, എൻ എസ് സജിത്

സി പി ഐ (എം)ന്റെ പുതിയ ജനറൽ സെക്രട്ടറി എന്ന നിലയിൽ പാർട്ടി അടിയന്തരമായി ഏറ്റെടുക്കേണ്ട പ്രവർത്തനങ്ങൾ ഏതൊക്കെയാണെന്നാണ് താങ്കൾ കരുതുന്നത്?

പ്രാദേശിക പ്രശ്നങ്ങളിൽ സജീവമായി ഇടപെടുകയും അവ ഏറ്റെടുത്ത് ജനങ്ങളുടെ പ്രക്ഷോഭങ്ങൾ സംഘടിപ്പിക്കുകയും ചെയ്യണം. നിരന്തരമായ പ്രക്ഷോഭസമരങ്ങൾ വഴി ജനങ്ങളുടെ ആവശ്യങ്ങൾക്ക് പരിഹാരം കണ്ടെത്താൻ കഴിയണം. അതുവഴി ജനങ്ങളുടെ വിശ്വാസം ആർജ്ജിക്കണം. രാജ്യവ്യാപകമായി നടത്തുന്ന ഇത്തരം പ്രാദേശിക പ്രക്ഷോഭങ്ങളിലൂടെ ദേശീയതലത്തിൽ ശക്തിയാർജ്ജിക്കാൻ പാർട്ടിക്ക് സാധിക്കും. ലാറ്റിനമേരിക്കയിലെയും മറ്റും ഇടതുകക്ഷികളുടെ മുന്നേറ്റത്തിന്റെ അനുഭവം നല്കുന്ന പാഠം ഇതാണ്.

ഇന്ത്യയിൽ കമ്യൂണിസ്റ്റുകാരെക്കുറിച്ച് ജനങ്ങൾക്ക് നല്ല അഭിപ്രായമുണ്ട്. അവർ ആദർശധീരരാണ്. സത്യസന്ധരാണ്. എന്നാൽ തങ്ങളുടെ ആവശ്യങ്ങൾക്കുവേണ്ടി നിലകൊള്ളുകയും പോരാടുകയും ചെയ്യുന്നത് മറ്റു ചിലരാണെന്ന് ജനങ്ങൾ കരുതുന്നു. ഇതാണ് പാർട്ടിക്ക് മുന്നേറ്റം ഉണ്ടാക്കാൻ കഴിയാത്തതിന്റെ കാരണം. ഓരോ പ്രദേശങ്ങളിലെയും തനതായ വിഷയങ്ങളിൽ ഇടപെടുന്നതിൽ പാർട്ടിക്ക് വീഴ്ച സംഭവിച്ചിട്ടുണ്ട്. ഈ പോരായ്മ പരിഹരിക്കാനുള്ള ഗൗരവതരമായ പരിശോധനകളും ചർച്ചകളുമാണ് വിശാഖപട്ടണത്തു നടന്ന 21-ാം പാർട്ടി കോൺഗ്രസിൽ ഉണ്ടായത്. രാജ്യത്തെ വസ്തുനിഷ്ഠസാഹചര്യങ്ങൾ ഇടതുമുന്നേറ്റത്തിനും വളർച്ചയ്ക്കും അനുകൂലമാണ്. ജനകീയ പോരാട്ടങ്ങളിലൂടെ ഇടതു മുന്നേറ്റം സാദ്ധ്യമാക്കുന്നതിനായി സി പി ഐ (എം)നെ സംഘടനാപരമായി ശക്തിപ്പെടുത്താനുള്ള തീരുമാനങ്ങൾ കോൺഗ്രസ് എടുത്തു.

യുവതലമുറയുടെ വിശ്വാസം ആർജ്ജിക്കുന്നതിൽ നമുക്ക് വിജയിക്കാനായിട്ടുണ്ടോ?

വികസനത്തെക്കുറിച്ച് ധാരാളം ചർച്ചകളും പ്രചാരണങ്ങളും നടക്കുന്നുണ്ട്. പലരും ഇക്കാര്യത്തിൽ തെറ്റിദ്ധാരണയിൽ കുടുങ്ങിയിരിക്കുന്നു, പ്രത്യേകിച്ച് യുവതലമുറ. കാരണം യാഥാർത്ഥ്യം അവർക്ക് മുന്നിൽ വെളിപ്പെടുത്തിയിട്ടില്ല. ഇന്ത്യയുടെ ആഭ്യന്തര മൊത്ത വരുമാനത്തിന്റെ പകുതിയോളം കൈയാളുന്നത് ശതകോടി ഡോളറിലേറെ ആസ്തിയുള്ള ഏതാനും കുടുംബങ്ങളാണ്. അതായത് 6500 കോടി രൂപയിൽ പരം ആസ്തിയുള്ളവർ. ശേഷിക്കുന്ന 120 കോടിയില്പരം ജനങ്ങൾക്ക് പങ്കിടാനുള്ളത് രാജ്യത്തെ സ്വത്തിന്റെ മറുപകുതിമാത്രമാണ്. നവഉദാരസാമ്പത്തിക നയങ്ങൾ ധനികരും ദരിദ്രരും തമ്മിലുള്ള അന്തരം വർദ്ധിപ്പിക്കുകയാണ്. കഴിഞ്ഞവർഷം രാജ്യത്തെ സമ്പന്നർക്ക് നല്കിയ നികുതിയളവ് ആറ് ലക്ഷം കോടി രൂപ കവിഞ്ഞു. ഇത് ഒഴിവാക്കിയ നികുതിയുടെ കണക്കല്ല. നിയമപരമായി പിരിക്കേണ്ട നികുതി ഈടാക്കാത്തതാണ്. ഈ നികുതി പിരിച്ചാൽ തന്നെ ധനക്കമ്മി നികത്താൻ കഴിയും. ജനങ്ങളുടെ ആവശ്യങ്ങൾ നിറവേറ്റാൻ പണം ചെലവിടാൻ സാധിക്കും.

ഇത്തരം വിഷയങ്ങൾ ഇടതുപക്ഷം പാർലമെന്റിനകത്തും പുറത്തും ഉന്നയിച്ചു. മുഖ്യധാരാ മാധ്യമങ്ങൾ ഇതൊന്നും കാണുന്നില്ല. ഗൗരവപൂർണ്ണമായ വിഷയങ്ങൾ മാധ്യമങ്ങളുടെ അജണ്ടയിൽനിന്ന് പുറത്തായിരിക്കുന്നു. ഉദാഹരണത്തിന്, മുമ്പൊക്കെ പാർലമെന്റ് സമ്മേളിക്കുമ്പോൾ നടപടി ക്രമങ്ങൾ റിപ്പോർട്ട് ചെയ്യാൻ മാധ്യമങ്ങൾ ധാരാളം സമയം നീക്കിവയ്ക്കുമായിരുന്നു. ഇപ്പോൾ ഉപരിപ്ലവമായ വിഷയങ്ങളിലാണ് മാധ്യമങ്ങൾ അഭിരമിക്കുന്നത്. പരസ്യദാതാക്കളുടെ താല്പര്യങ്ങളാണ് അവരെ നയിക്കുന്നത്. ഈ സാഹചര്യത്തിൽ ഇടതുപക്ഷം ബദൽ പ്രചാരണ മാർഗ്ഗങ്ങൾ കണ്ടെത്തണം.

നരേന്ദ്രമോദിയുടെ അധികാര ആരോഹണം ഉയർത്തുന്ന ഭീഷണികൾ എന്തൊക്കെയാണ്.

നരേന്ദ്രമോദിയുടെ നേതൃത്വത്തിലുള്ള സർക്കാർ ജനങ്ങൾക്ക് നല്കിയ വാഗ്ദാനങ്ങൾ പാലിക്കാനല്ല ശ്രമിക്കുന്നത്. പകരം ജനങ്ങൾക്കുമേൽ കൂടുതൽ ഭാരം അടിച്ചേല്പിക്കുകയാണ്. സർക്കാരിന്റെ ഇത്തരം നയങ്ങൾക്കെതിരെ ജനരോഷം ഓരോ ദിവസവും ഉയരുകയാണ്. ഇതേസമയം തന്നെ, ആർ എസ് എസും ഇതര സംഘപരിവാർ സംഘടനകളും ഏറ്റവും മോശമായ രൂപത്തിലുള്ള വോട്ട്ബാങ്ക് രാഷ്ട്രീയം കളിക്കുന്നു. ഇവർക്ക് മോദിസർക്കാരിന്റെ നിരുപാധികമായ രാഷ്ട്രീയ പിന്തുണയും ലഭിക്കുന്നു. ഘർവാപ്പസി പദ്ധതി, ലൗവ് ജിഹാദിന്റെ പേരിലുള്ള പ്രചാരണം, ക്രിസ്ത്യൻ പള്ളികൾക്കുനേരെയുള്ള ആക്രമണം,

കൊല്ക്കത്തയിൽ വയോധികയായ കന്യാസ്ത്രീ കൂട്ടബലാത്സംഗത്തിന് ഇരയായ സംഭവം, കേന്ദ്രമന്ത്രിമാർ ഉൾപ്പെടെയുള്ളവരുടെ വർഗ്ഗീയവിദ്വേഷ പ്രസംഗങ്ങൾ എന്നിവ ബി ജെ പി ഹിന്ദുത്വ വർഗ്ഗീയത പടർത്താൻ ശ്രമിക്കുന്നതിന്റെ ലക്ഷണങ്ങളാണ്. ആധുനിക ഇന്ത്യയുടെ മതനിരപേക്ഷ, ജനാധിപത്യ അടിത്തറ തകർക്കുന്ന നടപടികളാണ് ഇവ.

തീവ്രവലതുപക്ഷ സർക്കാരിന്റെ എല്ലാ ലക്ഷണങ്ങളും മാസങ്ങൾക്കുള്ളിൽ നരേന്ദ്രമോദി ഗവൺമെന്റ് കാണിച്ചുകഴിഞ്ഞു. പ്രത്യേകിച്ചും ഓഡിനൻസിന്റെ കാര്യത്തിൽ. പാർലമെന്റിനെ ഇരുട്ടിൽ നിർത്തുന്ന ജനാധിപത്യ വിരുദ്ധത പ്രകടമാവുകയല്ലേ.

മോദി മൂന്നു കാര്യങ്ങളെയാണ് പ്രതിനിധാനം ചെയ്യുന്നത്. ഒന്ന്, നരസംഹറാവു നടപ്പിലാക്കിയ സാമ്പത്തിക പരിഷ്കാരങ്ങൾ തീവ്രമായി മുന്നോട്ടു കൊണ്ടുപോകുന്നു. രണ്ട്, വാജ്പേയ് സർക്കാർ സ്ഥാപനവല്ക്കരിച്ച ഹിന്ദുത്വവല്ക്കരണ പ്രക്രിയയെ അതിശക്തമായി മുന്നോട്ടു കൊണ്ടുപോകുന്നു. മൂന്ന്, രാജ്യത്തെ അടിയന്തരാവസ്ഥയുടെ ഇരുട്ടിലേക്ക് നയിച്ച ഇന്ദിരാഗാന്ധിയുടെ ഏകാധിപത്യത്തിന്റെ പ്രവണതകളും നടപ്പാക്കുന്നു. ഈ മൂന്ന് വിപത്തുകളെ പ്രതിനിധാനം ചെയ്യുന്ന ത്രീ ഇൻ വൺ പ്രധാനമന്ത്രിയായി നരേന്ദ്രമോദി മാറിക്കഴിഞ്ഞു. ഭൂമി ഏറ്റെടുക്കൽ അടക്കമുള്ള ഓഡിനൻസുകൾക്കെതിരെ സഭയിലും പുറത്തും വ്യക്തമായ പ്രതിഷേധമാണ് ഉയർന്നത്. രാജ്യതാല്പര്യമാണ് ഈ ചെറുത്തുനില്പിൽ പ്രകടമാവുന്നത്. മൻമോഹൻസിങ് കോൺഗ്രസ് സർക്കാർ കൊണ്ടുവന്ന നിയമത്തെ ഇടതുപക്ഷം എതിർത്തപ്പോൾ അന്ന് ആ എതിർപ്പിനൊപ്പം നിന്നവരാണ് ബി ജെ പി നേതൃത്വം. ഭരണത്തിലെത്തിയപ്പോൾ ബി ജെ പി ജനവിരുദ്ധ നിലപാടാണ് സ്വീകരിച്ചത്. ബി ജെ പിയുടെ ഇരട്ടത്താപ്പ് ഒരിക്കൽക്കൂടി പ്രകടമാവുകയാണ്.

നരേന്ദ്രമോദി മന്ത്രിമാരെപ്പോലും അറിയിക്കാതെയാണ് തീരുമാനങ്ങളെടുക്കുന്നത്. ബജറ്റ് രേഖകൾ പോലും ചോർന്നു. മോദി നേരിട്ട് നിയമിച്ചവരാണ് പ്രധാന രേഖകൾ കോർപ്പറേറ്റുകൾക്ക് ചോർത്തിക്കൊടുത്തത്.

സാമ്പത്തിക നയത്തിന്റെ കാര്യത്തിൽ കോൺഗ്രസും ബി ജെ പിയും ഒരേ നിലപാട് സ്വീകരിക്കുന്നതിന് കൂടുതൽ തെളിവുകൾ വേണ്ട. കോൺഗ്രസിനെക്കാൾ തീവ്രമായാണ് ഈ നയങ്ങൾ ബി ജെ പി നടപ്പാക്കുന്നത്. നവലിബറൽ നയങ്ങളുടെ കടന്നാക്രമണങ്ങളിൽ നിന്ന് ജനങ്ങൾക്ക് മോചനം ലഭിക്കാൻ ബദൽ നയങ്ങളാണ് വേണ്ടത്. ഈ ബദൽ കോൺഗ്രസിന്റെയും ബി ജെ പിയുടെയും നിലപാടുകൾക്ക് കടകവിരുദ്ധവുമാണ്.

വർഗ്ഗീയതയുടെ കാര്യമെടുത്താൽ വിഷയങ്ങളെ അടിസ്ഥാനമാക്കി ബി ജെ പിയെ എതിർക്കുന്ന എല്ലാവരുമായും യോജിക്കും. നെഹ്റുവിന്റെ ജന്മശതാബ്ദി ആചരണത്തിൽ കോൺഗ്രസിന്റെയും സോണിയാ

ഗാന്ധിയുടെയും ക്ഷണപ്രകാരം സി പി ഐ (എം) നേതാക്കൾ പങ്കെടുത്തിരുന്നു. എന്നാൽ വർഗ്ഗീയതയുമായി സന്ധി ചെയ്യുന്ന കോൺഗ്രസ് നിലപാടുകൾ തന്നെയാണ് ബി ജെ പി ഇത്രയും ഭൂരിപക്ഷത്തോടെ അധികാരത്തിലേറാൻ സഹായിച്ചത്. ബി ജെ പിയുടെ വളർച്ചയ്ക്ക് സഹായിച്ച കോൺഗ്രസിനെ വിശ്വാസത്തിലെടുക്കാനാവില്ല. ഈ രണ്ടു പാർട്ടികൾക്കും ബദലാവാൻ കഴിയുക ഇടതുപക്ഷ ജനാധിപത്യ ശക്തികൾക്കു മാത്രമാണ്. അതിന് ആദ്യം സി പി ഐ (എം) ശക്തിപ്പെടണം. തുടർന്ന് ഇടതുപക്ഷ ഐക്യവും വിപുലമാക്കണം.

സംഘപരിവാരം ഉയർത്തുന്ന വെല്ലുവിളികളെ എങ്ങനെയാണ് നേരിടേണ്ടത്.

രാജ്യത്തിന്റെ ഐക്യവും അഖണ്ഡതയും സംരക്ഷിക്കാനുള്ള പോരാട്ടത്തിന്റെ മുന്നണിയിൽ നില്ക്കേണ്ടത് ഇടതുശക്തികളാണ്. മത ന്യൂനപക്ഷങ്ങളെ സംരക്ഷിക്കാനും രാജ്യത്തിന്റെ ഭാവി സുരക്ഷിതമാക്കാനും ഇന്ത്യയുടെ വൈവിദ്ധ്യം സംരക്ഷിക്കാനും ഈ പോരാട്ടങ്ങളിലൂടെ കഴിയണം. ജാതി, മത, ലിംഗഭേദങ്ങൾക്ക് അതീതമായി ജനാധിപത്യ മൂല്യങ്ങളിൽ വിശ്വസിക്കുന്നവരെയെല്ലാം ഈ പോരാട്ടത്തിൽ അണിനിരത്തേണ്ടത് ഇടതുപക്ഷത്തിന്റെ കടമയാണ്. വസ്തുനിഷ്ഠമായ ഈ യാഥാർത്ഥ്യം ഇടതുപക്ഷത്തിന്റെ മുന്നേറ്റത്തിന് തികച്ചും അനുകൂലമായ സാഹചര്യമാണ് ഒരുക്കിയിട്ടുള്ളത്. ഈ സാഹചര്യത്തിൽ ഇടതുപക്ഷത്തിന്റെ മുന്നേറ്റത്തിനും വളർച്ചയ്ക്കും ജനകീയ പോരാട്ട

ങ്ങൾ സംഘടിപ്പിക്കുന്നതിനായി സംഘടനയെ കൂടുതൽ ശക്തിപ്പെടുത്തണം.

പശ്ചിമ ബംഗാളിൽ ഇടതുപക്ഷത്തിന്റെ തിരിച്ചുവരവിനുള്ള സാദ്ധ്യത എന്തൊക്കെയാണ്.

ബംഗാളിൽ തൃണമൂൽ കോൺഗ്രസിനെതിരെ ശക്തമായ ജനവികാരമുണ്ട്. 2009 മുതൽ തൃണമൂൽ ശ്രമിച്ചത് അക്രമം അഴിച്ചുവിട്ട് സി പി ഐ (എം) പ്രവർത്തകരെ ഉന്മൂലനം ചെയ്യാനും നിശ്ശബ്ദരാക്കാനുമാണ്. അഞ്ഞൂറു സഖാക്കളെ ഇതിനകം കൊന്നൊടുക്കി, ആയിരക്കണക്കിന് സഖാക്കൾക്ക് വീടുകളിലേക്ക് മടങ്ങാൻ കഴിയാത്ത സ്ഥിതിയുണ്ട്. സി പി ഐ (എം) സമ്മേളന റാലികളിലും സമര പരിപാടികളിലുമുള്ള വൻജനപങ്കാളിത്തം മമത സർക്കാരിനെ ജനങ്ങൾക്ക് മടുത്തതിന്റെ തെളിവാണ്.

ജനങ്ങളിൽ ഒരു വിഭാഗത്തിന് ബി ജെ പിയോട് അനുഭാവമുണ്ടെന്ന് പറയാതിരിക്കാനാവില്ല. കേന്ദ്രത്തിൽ ഭരണമുള്ള ബി ജെ പിക്ക് തൃണമൂൽ ആക്രമണങ്ങളിൽനിന്ന് തങ്ങളെ രക്ഷിക്കാനാവുമെന്ന് ഇവർ കരുതുന്നു. ഈ പ്രവണത താല്ക്കാലികം മാത്രം. അത് ബംഗാളിലെ ജനങ്ങൾക്കറിയാം. ബി ജെ പിയുടെ മാധ്യമ കുതന്ത്രങ്ങളും ഇങ്ങനെയൊരു ധാരണയുണ്ടാക്കാൻ കാരണമായിട്ടുണ്ട്. എന്നാൽ ബി ജെ പിയും കോൺഗ്രസും ഒത്തുകളിക്കുകയാണ്. ഏറ്റവും അപകടകരമായ കാര്യം ഇതല്ല. ന്യൂനപക്ഷങ്ങളെ തങ്ങളാണ് സംരക്ഷിക്കുന്നതെന്ന ധാരണ തൃണമൂൽ കോൺഗ്രസ് സൃഷ്ടിക്കുന്നു. ന്യൂനപക്ഷങ്ങളുടെ വർഗ്ഗീയമായ ഏകീകരണം സ്വാഭാവികമായും ബി ജെ പിയെ ശക്തിപ്പെടുത്തും. തൃണമൂൽ കോൺഗ്രസും ബി ജെ പി യും പരസ്പരം വളമേകുകയാണ്. ഇത് അങ്ങേയറ്റം അപകടകരമാണ്. ഇടതുപക്ഷം ഭരിച്ച നാലു ദശകത്തോളം ഒരു വർഗ്ഗീയ ലഹള പോലും ഉണ്ടായില്ലെന്ന് ഇപ്പോൾ ജനങ്ങൾക്ക് ബോദ്ധ്യപ്പെടുന്നുണ്ട്. രാജ്യം വിഭജിക്കപ്പെട്ട വർഷങ്ങളിൽ കലാപങ്ങൾ കുത്തിയൊഴുകിയ നാടായിരുന്നു ബംഗാൾ എന്നും ഓർക്കണം. സ്വാതന്ത്ര്യം കിട്ടിയനാളിൽ ഡൽഹിയിൽ നെഹ്റു പതാക ഉയർത്തുമ്പോൾ മഹാത്മാഗാന്ധി ആഘോഷങ്ങളിൽ പങ്കെടുക്കാതെ ബംഗാളിൽ വർഗ്ഗീയതക്കെതിരെ ഉപവാസമനുഷ്ഠിക്കുകയായിരുന്നു എന്നു കൂടി ഓർക്കണം.

പല നാക്കുകൾ കൊണ്ടാണ് ബി ജെ പി സംസാരിക്കുന്നത്. നല്ല നാളുകൾ വരുന്നു, 55 ഇഞ്ചുള്ള നെഞ്ചളവ് എന്നിവയെക്കുറിച്ച് ഘോരഘോരം പറയുമ്പോഴും ഇത്തരം വിഡ്ഢിത്തരങ്ങളിൽ സത്യമില്ലെന്ന് വിലക്കയറ്റം കൊണ്ട് പൊറുതിമുട്ടുന്ന ജനങ്ങൾക്ക് വ്യക്താക്കുന്നു. മറുവശത്ത് ഘർവാപ്പസി, ലൗ ജിഹാദ് പോലുള്ള പരിപാടികൾകൊണ്ട് ജനങ്ങളെ ധ്രുവീകരിക്കുന്നു. മൂന്നാമത്തേത് സോഷ്യൽ എഞ്ചിനീയറിങ് ആണ്. മുസഫർ നഗർ കലാപം മറക്കാറായിട്ടില്ല. ഒരു പ്രത്യേക സമു

ദായത്തെ മുസ്ലിങ്ങൾക്കെതിരാക്കുന്നു. അവിടെ ഹിന്ദു-മുസ്ലീം കലാപമല്ല, ജാട്ടുകളും മുസ്ലീങ്ങളും തമ്മിലാണ് കലാപം. ബിഹാറിൽ ദളിതരെയാണ് മുസ്ലീങ്ങൾക്കെതിരെ ഇളക്കിവിടുന്നത്. മഹാദളിതരെ ഭിന്നിപ്പിച്ച് ജനതാദൾ യുണൈറ്റഡിനെതിരാക്കാനുള്ള ശ്രമം പരാജയപ്പെട്ടു. മാഞ്ചി മുഖ്യമന്ത്രി സ്ഥാനം രാജിവച്ചപ്പോൾ ബി ജെ പി തന്ത്രം വ്യക്തമായി. മഹാദളിത് ജെ ഡി യുവിലേക്ക് മടങ്ങുന്നത് ബി ജെ പിക്ക് തിരിച്ചടിയായി, ബിഹാറിലെ ബി ജെ പി സ്വപ്നം ഇതിനകം വിഫലമായിക്കഴിഞ്ഞു.

സമീപകാല ലോക സംഭവവികാസങ്ങളെ പ്രത്യേകിച്ച് മുതലാളിത്തത്തിന്റെ പ്രതിസന്ധി, ലാറ്റിനമേരിക്കയിലും യൂറോപ്പിലുമുള്ള ഇടതുപക്ഷ മുന്നേറ്റങ്ങൾ എന്നിവയെ പാർട്ടി എങ്ങനെയാണ് വീക്ഷിക്കുന്നത്.

കോയമ്പത്തൂരിലും കോഴിക്കോട്ടും നടന്ന 20-ാം പാർട്ടി കോൺഗ്രസുകളിൽ അവതരിപ്പിച്ച പ്രത്യയശാസ്ത്ര പ്രമേയത്തിൽ പാർട്ടി വിലയിരുത്തിയത് ആഗോള മുതലാളിത്തത്തിന് പ്രതിസന്ധിയിൽ നിന്ന് കരകയറാൻ കഴിഞ്ഞിട്ടില്ലെന്നാണ്. മുതലാളിത്തം വിവിധ ഘട്ടങ്ങളിലൂടെയാണ് കടന്നുപോകുന്നത്. 2008 ൽ തുടങ്ങിയ ഈ പ്രതിസന്ധി മറികടക്കാനുള്ള ഓരോ ശ്രമവും പുതിയ പ്രതിസന്ധികളിലേക്കാണ് മുതലാളിത്തത്തെ കൊണ്ടുചെന്നെത്തിക്കുന്നത്. കോർപ്പറേറ്റുകളുടെ പാപ്പരത്തത്തെ രാജ്യങ്ങളുടെ പരമാധികാര പാപ്പരത്തത്തിലേക്ക് മാറ്റുന്നതാണ് ഈ പ്രതിസന്ധിയുടെ പുതിയ ഘട്ടം. ഗവൺമെന്റുകളുടെ ചെലവു ചുരുക്കുന്നത് പാവപ്പെട്ടവർക്കുമേലുള്ള കടന്നാക്രമണത്തിന്റെ പുതിയ തിരമാലകൾ സൃഷ്ടിക്കുകയാണ്. ചെലവു ചുരുക്കൽ നയം തൊഴിലെടുക്കുന്ന ജനങ്ങളുടെ ഉപജീവനമാർഗ്ഗങ്ങൾ തച്ചുടയ്ക്കുകയാണ് മിക്കവാറും രാജ്യങ്ങളിൽ. സ്വാഭാവികമായും ഇതിനെതിരെയുള്ള

പ്രതിഷേധം അലയടിക്കും. ഗ്രീസും സ്പെയിനും അടക്കമുള്ള രാജ്യങ്ങളിലാണ് ഏറ്റവും ശക്തിയായി ജനങ്ങളുടെ പ്രതിഷേധം ആഞ്ഞടിച്ചത്. ഇടതുപക്ഷത്തിന്റെ കൂട്ടായ്മ ഇവിടെയെല്ലാം രൂപപ്പെടുന്നുണ്ട്.

സ്പെയിനിൽ പോഡേമോസ് എന്ന ഇടതുപക്ഷ കൂട്ടായ്മയക്കു മുമ്പുതന്നെ മുതലാളിത്ത നയങ്ങൾക്കെതിരെ യൂണിറ്റി എസ്കുറാദ എന്ന കൂട്ടായ്മ ഉണ്ട്. സ്പെയിനിനെ കമ്യൂണിസ്റ്റ് പാർട്ടിയും മറ്റു ഇടതുപക്ഷ പാർട്ടികളുമാണ് അതിലുള്ളത്. പോഡേമോസിന്റെ വരവോടുകൂടി ഈ കൂട്ടായ്മ ശക്തമായി. ശക്തമായ ഇടതുപക്ഷ ഐക്യത്തിനുള്ള പ്രവണത എല്ലായിടത്തും ഉയരുന്നു. ഇത് ക്രിയാത്മകമായ ഒരു ശക്തിപ്പെടലാണ്. ഗ്രീസിലെ അനുഭവത്തിനുശേഷം എല്ലാവരും ചെലവുചുരുക്കൽ നയത്തിനെതിരെ വാചാലമാകുകയാണ്. മുതലാളിത്തത്തിനെതിരെയുള്ള ശക്തമായ പ്രതിഷേധം വികസിത മുതലാളിത്ത രാജ്യങ്ങളിലാണ് ഏറ്റവുമധികം ശക്തിപ്പെടുന്നത്. ഇത് ഇന്ത്യയ്ക്കും ഒരു പ്രധാന പാഠമാണ്. പാർട്ടി കോൺഗ്രസിലെ രാഷ്ട്രീയ പ്രമേയം അതിലാണ് ഊന്നുന്നത്. സി പി ഐ (എം)ന്റെ സ്വതന്ത്രശക്തി വളർത്തിയെടുക്കുകയും അതിനെ അടിസ്ഥാനമാക്കി ഇടതുപക്ഷ ഐക്യം ശക്തിപ്പെടുത്തുകയും ഒപ്പം ഇടതുപക്ഷത്തിന്റെ കുടക്കീഴിൽ ചെറുപാർട്ടികളെയും ഇടതുപക്ഷത്തോടൊപ്പം നില്ക്കുന്ന ബുദ്ധിജീവികളെയും അണിനിരത്തുകയുമാണ് ലക്ഷ്യം. നവലിബറൽ നയങ്ങൾക്കെതിരെയുള്ള ബദൽ സൃഷ്ടിക്കുകയാണ് ഇതിലൂടെ പാർട്ടി ലക്ഷ്യം വയ്ക്കുന്നത്.

എണ്ണയ്ക്കുവേണ്ടിയുള്ള അമേരിക്കൻ അധിനിവേശം ലോകത്തെയാകെ അസ്ഥിരപ്പെടുത്തുകയാണ്. മദ്ധ്യപൂർവ്വ ദേശത്തുനിന്ന് ഉക്രൈനിലേക്ക് വ്യാപിച്ചിരിക്കുന്നു ഈ അധിനിവേശം. റഷ്യയുടെ നേതൃത്വത്തിലുള്ള ചെറുത്തുനില്പും അതിശക്തമാവുകയാണ്. ഈ സാഹചര്യത്തിൽ ഇന്ത്യയിലെ സർക്കാർ സ്വീകരിക്കുന്ന നിലപാടുകൾ എത്രത്തോളം അപകടകരമാണ്.

തിരുകടയൽ പോലുള്ള ഒരു പ്രക്രിയയാണ് ലോകരാഷ്ട്രീയത്തിൽ ഇപ്പോൾ രൂപപ്പെടുന്നത്. സാമ്രാജ്യത്വശക്തികളുടെ ആനുപാതിക ശക്തി മാറിക്കൊണ്ടിരിക്കുന്നു. 2008 ലെ ധനപ്രതിസന്ധിക്കു ശേഷം അമേരിക്കൻ സാമ്രാജ്യത്വത്തിന്റെ ആധിപത്യം ദുർബ്ബലമാവുകയാണ്. യൂറോപ്യൻ യൂണിയനാവട്ടെ പ്രതിസന്ധികളിലേക്ക് കൂപ്പുകുത്തുന്നു. ജപ്പാനും മാന്ദ്യത്തിന്റെ പിടിയിലാണ്. ജപ്പാൻ ചിലപ്പോൾ മാന്ദ്യത്തെ മറികടക്കും. അപ്പോൾ തന്നെ കടുത്ത മാന്ദ്യത്തിലേക്ക് പതിക്കും. പ്രതിസന്ധിയെ അതിജീവിക്കാനായ പ്രധാന സമ്പദ് ഘടനകളിൽ ഒന്ന് കമ്യൂണിസ്റ്റ് പാർട്ടി നയിക്കുന്നതും മുതലാളിത്ത മാർഗ്ഗത്തെ നിരാകരിക്കുകയും ചെയ്യുന്ന ചൈനയാണ്. വളർച്ചാനിരക്ക് കുറയുന്നുണ്ടെങ്കിൽപ്പോലും നിശ്ചിതമായ വളർച്ചയാണ് ചൈന രേഖപ്പെടുത്തുന്നത്. സോവിയറ്റ്

യൂണിയന്റെ തകർച്ചയുടെ ശേഷം റഷ്യയുടെ സമ്പദ്ഘടന നിലനില്ക്കുന്നത് സമ്പന്നമായ എണ്ണയുടെയും ധാതുക്കളുടെയും വില്പനക്കൊണ്ടുമാത്രമാണ്. സോവിയറ്റ് യൂണിയന്റെ തകർച്ചയ്ക്കുശേഷം പ്രധാനപ്പെട്ട ഒരു വ്യവസായ സ്ഥാപനം പോലും റഷ്യയിൽ ഉണ്ടായിട്ടില്ല. പുതുതായി ഒരു കിലോമീറ്റർ നീളത്തിൽ പോലും റെയിൽപ്പാത ഉണ്ടാക്കിയിട്ടില്ല. 20 വർഷത്തിനിടെ ഒരു യൂണിറ്റ് വൈദ്യുതി പോലും സൃഷ്ടിക്കാനായിട്ടില്ല. വ്യവസായവളർച്ച തീരെയില്ല. എണ്ണയും ധാതുക്കളും വില്പന നടത്തുന്നതുകൊണ്ട് മാത്രമാണ് ആ രാജ്യം നിലനില്ക്കുന്നത്.

ഈ സാഹചര്യത്തിലാണ് ഉക്രൈനിലെ സംഭവവികാസങ്ങളെ പരിശോധിക്കേണ്ടത്. നാറ്റോ സഖ്യത്തെ കിഴക്കൻ മേഖലയിലേക്ക് വ്യാപിപ്പിക്കാനുള്ള അമേരിക്കൻ നീക്കത്തിന്റെ ഭാഗമാണിത്. ഉക്രൈനെ നാറ്റോ സഖ്യത്തിന്റെ ഭാഗമാക്കണം. ധാതുസമ്പന്നമായ ഉക്രൈന്റെ സമ്പദ് ഘടനയെ വരുതിയിൽ നിർത്തിയാൽ അമേരിക്കയിലെയും മറ്റും ബഹുരാഷ്ട്ര കുത്തകകളുടെ ലാഭം പരമാവധിയാക്കാൻ അമേരിക്കക്ക് സാധിക്കും. ഉക്രൈനിലെ ഏറ്റുമുട്ടൽ രൂക്ഷമാക്കാനുള്ള ഒരു കാരണം ഇതാണ്.

മറ്റൊന്ന് അമേരിക്കയുടെ ഷെയ്ൽ എണ്ണ ഉല്പാദനമാണ്. ഷെയ്ൽ എണ്ണയുടെ ഇറക്കുമതി ഗണ്യമായി കുറയ്ക്കാൻ അമേരിക്കയ്ക്ക് കഴിഞ്ഞു. ലോകമെങ്ങുമുള്ള എണ്ണ സ്രോതസ്സിനെ നിയന്ത്രിക്കാൻ ആഗ്രഹിക്കുന്ന അമേരിക്കയ്ക്ക് ഊഹക്കച്ചവടത്തിലൂടെ എണ്ണവില കുറയ്ക്കാൻ സാധിച്ചു. എണ്ണ ഉല്പാദക രാജ്യങ്ങളുടെ സംഘടനയായ ഒപെകിലെ അംഗരാജ്യങ്ങൾ ഉല്പാദനം കുറയ്ക്കാൻ തയ്യാറായില്ല. എണ്ണവിലയെ അതിന്റെ വഴിക്കുവിട്ടു. അതോടെ ഷെയ്ൽ ഗ്യാസ് ഉല്പാദനം അമേരിക്കക്ക് ലാഭകരമല്ലാതായി. അമേരിക്ക ഷെയ്ൽ ഉല്പാദനത്തിൽ ആധിപത്യം പുലർത്താൻ പാടില്ലെന്ന് റഷ്യ ആഗ്രഹിക്കുന്നതോടെ ഈ വൈരുദ്ധ്യം മൂർച്ഛിച്ചു. സൗദി അടക്കമുള്ള രാജ്യങ്ങളും വൈരുദ്ധ്യം മൂർച്ഛിപ്പിക്കാനുള്ള നടപടികളാണ് കൈക്കൊള്ളുന്നത്. ഷെയ്ൽ എണ്ണയുടെ ഉല്പാദനം അമേരിക്ക അല്ലാതെ മറ്റൊരു രാജ്യ

ത്തിനും ഗുണകരമാവില്ലെന്നിരിക്കെ എണ്ണവില ഒരു നിശ്ചിത നിലവാരത്തിൽ നില്ക്കരുതെന്നും അവർ ആഗ്രഹിക്കുന്നു. ഈ സംഭവവികാസങ്ങളെ നാം ശ്രദ്ധാപൂർവ്വം നിരീക്ഷിക്കണം.

പരമ്പരാഗത ശക്തികൾ തമ്മിലുള്ള വൈരുദ്ധ്യങ്ങളും ഇതോടൊപ്പം സത്വരം മൂർച്ഛിക്കുന്നു. അമേരിക്കയും റഷ്യയും തമ്മിലുള്ള തർക്കം രൂക്ഷമാവുന്നു. എണ്ണവിലയുടെയും ഊർജ്ജ സ്രോതസ്സുകളുടെയും ബലതന്ത്രം ഏറ്റുമുട്ടുന്നു. മദ്ധ്യപൂർവ്വേഷ്യയിലെ ഇടപെടലുകൾ വിജയിക്കാത്തത് അമേരിക്കയ്ക്ക് ലോക രാഷ്ട്രീയത്തിലുള്ള മേധാവിത്വം വൻതോതിൽ ദുർബ്ബലമാക്കി. ഈ ഘടകങ്ങളൊക്കെ നേരത്തെ പറഞ്ഞ തൈര് കടയൽ പ്രക്രിയയുടെ ഭാഗമാണ്.

വാസ്തവത്തിൽ ഈ വൈരുദ്ധ്യങ്ങളെ ഇന്ത്യയ്ക്കനുകൂലമായി ഉപയോഗപ്പെടുത്തുന്നതിന് ശ്രമിക്കുന്നതിന് മാത്രമല്ല അമേരിക്കയോട് കൂടുതൽ ആഭിമുഖ്യം പുലർത്താൻ തിടുക്കം കാട്ടുകയല്ലേ നരേന്ദ്രമോഡി സർക്കാർ.

വളരുന്ന ഈ വൈരുദ്ധ്യങ്ങളൊക്കെ നമ്മുടെ നേട്ടങ്ങൾക്കായി ഉപയോഗിക്കുകയാണ് ഇന്ത്യ ചെയ്യുന്നത്. അമേരിക്കയുടെ ദൗർബ്ബല്യങ്ങൾ നാമുപയോഗിക്കേണ്ടത് ആഗോള കാലാവസ്ഥാ വ്യതിയാനം, പേറ്റന്റ് ലോകവ്യാപാര സംഘടന ബൗദ്ധിക സ്വത്തവകാശം തുടങ്ങിയ രംഗങ്ങളിൽ നടക്കുന്ന ചർച്ചകളെ നമുക്ക് അനുകൂലമാക്കാൻ വേണ്ടിയാണ്. എന്നാൽ അമേരിക്ക ഇന്ത്യയെ സാമന്തരാഷ്ട്രമെന്ന നിലയിൽ നിന്ന് പാദസേവ ചെയ്യുന്ന രാജ്യമാക്കി മാറ്റുകയാണ്.

ശീതയുദ്ധാനന്തരകാലത്ത് ചൈനയെ വരുതിയിലാക്കുക എന്നതാണ് നമ്മുടെ അടിസ്ഥാനനയമെന്ന് അമേരിക്ക വ്യക്തമാക്കിയിട്ടുണ്ട്. ചൈനയെ നിയന്ത്രിക്കുന്നതിൽ ഇന്ത്യയുടെ നിലപാട് എന്തായിരിക്കണം. ചൈനയുമായുള്ള ബന്ധം ശക്തിപ്പെടുത്തുന്നത് ഇന്ത്യക്ക് ഗുണകരമാവുമെന്നതാണ് സി പി ഐ (എം)ന്റെ നിലപാട്. ഇതുവഴി ഇന്ത്യൻ സമ്പദ്ഘടനയെ വളർത്താൻ വൻസാദ്ധ്യതയാണ് നമുക്കു മുന്നിലുള്ളത്. ഇതിന് പകരമായി മോദി ഗവൺമെന്റ് അമേരിക്കയെ സഹായിക്കുന്ന നിലപാടാണ് സ്വീകരിക്കുന്നത്. ശാന്തസമുദ്രത്തിലെ അമേരിക്കയുടെ സൈനികാഭ്യാസങ്ങളുമായി സഹകരിക്കുകയാണ് ഇന്ത്യ. അമേരിക്കൻ നാവികസേനയുടെ കപ്പലുകളിൽ മൂന്നിൽ രണ്ടും വിന്യസിച്ചിരിക്കുന്നത് ശാന്തസമുദ്രത്തിലാണ്. തങ്ങൾ അമേരിക്കക്കൊപ്പമാണെന്ന സൂചനയാണ് ഇന്ത്യ ഇതുവഴി ചൈനക്ക് നല്കുന്നത്. ആസ്ട്രേലിയ, അമേരിക്ക, സിംഗപ്പൂർ, ജപ്പാൻ തുടങ്ങിയ രാജ്യങ്ങളുമായി ഇന്ത്യ സൈനികാഭ്യാസത്തിന് തയ്യാറായതോടെ പസഫിക്കിൽ രൂപപ്പെടുന്ന പുതിയ സൈനിക സഖ്യത്തിന്റെ ഭാഗമാണെന്ന് പ്രഖ്യാപിച്ചിരിക്കുന്നു.

പാർട്ടി പ്ലീനം വിളിച്ചുചേർക്കാൻ തീരുമാനിച്ചതിന്റെ രാഷ്ട്രീയ പശ്ചാത്തലം എന്താണ്.

ഇടതുപക്ഷത്തിന്റെ രാഷ്ട്രീയായുധമാണ് സംഘടന. ജനങ്ങൾക്കിടയിൽ രാഷ്ട്രീയ നിലപാടുകൾ പ്രചരിപ്പിക്കുന്നതിനുള്ള സംവിധാനമാണ് സംഘടന. അതുകൊണ്ടാണ്, ഈ ദൗത്യം ഏറ്റെടുക്കുന്നതിനായി ആറുമാസത്തിനകം പാർട്ടി പ്ലീനം വിളിക്കാൻ 21-ാം പാർട്ടി കോൺഗ്രസ് തീരുമാനിച്ചത്.

സി പി ഐ (എം)ന്റെ സ്വതന്ത്രമായ കരുത്ത് ശക്തിപ്പെടുത്തുകയെന്നതാണ് പ്രാഥമികമായ കടമ, ഇടതുജനാധിപത്യ മുന്നണിയുടെ മുന്നോട്ടുള്ള പ്രയാണത്തിനായി ഇടതുഐക്യം കെട്ടിപ്പടുക്കുകയും വിപുലീകരിക്കുകയും വിവിധ വർഗ്ഗങ്ങളെയും അദ്ധ്വാനിക്കുന്ന ജനവിഭാഗങ്ങളെയാകെയും ഇടതുജനാധിപത്യപരിപാടിക്കു കീഴിൽ അണിനിരത്തുകയും ചെയ്യണം. വർഗ്ഗ-ബഹുജനപ്രശ്നങ്ങളിൽ യോജിച്ചുള്ള പ്രവർത്തനങ്ങൾക്ക് പാർട്ടി ഊന്നൽ നല്കണം.

പാർട്ടിയുടെ സ്വതന്ത്രമായ കരുത്ത് പാർലമെന്ററി വേദികളിലെ അതിന്റെ ശക്തിയുമായി നേരിട്ട് ബന്ധപ്പെട്ടിരിക്കുന്നു. 1957 ൽ കേരളത്തിൽ ഒന്നാം കമ്യൂണിസ്റ്റ് മന്ത്രിസഭ രൂപീകരിച്ച കാലം മുതലുള്ള ചരിത്രപരമായ അനുഭവം നല്കുന്ന പാഠം ഇതാണ്. സി പി ഐ (എം) സ്വയം ശക്തിപ്പെടുകയും ജനങ്ങളുമായുള്ള അതിന്റെ ബന്ധം വിപുലീകരിക്കുകയും ചെയ്യാത്തപക്ഷം തിരഞ്ഞെടുപ്പുകളിൽപോലും മുന്നേറ്റം നേരിടാൻ കഴിയില്ല. അതുകൊണ്ട് 21-ാം പാർട്ടി കോൺഗ്രസ് ഏറ്റവും പ്രാധാന്യത്തോടെ ഏറ്റെടുത്ത കടമ സി പി ഐ എമ്മിന്റെ സ്വതന്ത്ര ശക്തി വർദ്ധിപ്പിക്കുകയെന്നതാണ്.

സി പി ഐ (എം)ന്റെ ഉൾപ്പാർട്ടി ചർച്ചകളെ മുൻനിർത്തി മാധ്യമങ്ങൾ വിവാദങ്ങൾ സൃഷ്ടിച്ചുകൊണ്ടിരിക്കുന്ന സാഹചര്യത്തെ എങ്ങനെയാണ് വിലയിരുത്തുന്നത്.

രാജ്യത്ത് ഏറ്റവും ഊർജ്ജസ്വലമായ ഉൾപ്പാർട്ടി ജനാധിപത്യം നിലനില്ക്കുന്ന രാഷ്ട്രീയപാർട്ടി സി പി ഐ (എം) ആണ്. ഉൾപ്പാർട്ടി ചർച്ചകളെ ദുർവ്യാഖ്യാനം ചെയ്ത് വിവാദങ്ങൾ സൃഷ്ടിക്കുന്നത് ഒരു വിഭാഗം മാധ്യമങ്ങൾ പതിവാക്കി മാറ്റിയിരിക്കയാണ്. എല്ലാ വശങ്ങളും പരിശോധിച്ച്, വിശദമായ ചർച്ചകൾക്കുശേഷം കൂട്ടായ തീരുമാനത്തിന്റെ അടിസ്ഥാനത്തിലാണ് സി പി ഐ (എം) പുതിയ ജനറൽ സെക്രട്ടറിയെ തെരഞ്ഞെടുത്തത്. 21-ാം പാർട്ടി കോൺഗ്രസിൽ യഥാർത്ഥത്തിൽ സംഭവിച്ചത് ഇതാണ്. നേതാക്കളുടെ കഴിവുകളെ താരതമ്യം ചെയ്യുന്നതിൽ അർത്ഥമില്ല. സി പി ഐ (എം)നുള്ളത് കൂട്ടായ നേതൃത്വമാണ്. എല്ലാവരുടെയും പ്രയത്നം ഒത്തുചേരുമ്പോഴാണ് പാർട്ടിക്ക് മുന്നേറ്റം ഉണ്ടാവുക. പാർട്ടിയുടെ തീരുമാനങ്ങൾ നടപ്പാക്കുകയെന്ന ഉത്തരവാദിത്വമാണ് ജനറൽ സെക്രട്ടറിക്കുള്ളത്. ഭാരിച്ച ഉത്തരവാദിത്വമാണ് പാർട്ടിക്ക് മുന്നി

ലുള്ളത്. എന്നാൽ തിരിച്ചടികൾ അതിജീവിക്കാൻ കഴിയും. സോവിയറ്റ് യൂണിയൻ തകർന്നപ്പോൾ ഇനി നിങ്ങൾ ഇന്ത്യയിൽ പാർട്ടിയുമായി നടക്കുന്നത് എന്തിനാണെന്ന് ചോദിച്ചവരുണ്ട്. അവർക്ക് മറുപടി നല്കാനും അന്നത്തെ പ്രതിസന്ധി അതിജീവിച്ച് മുന്നേറാനും കഴിഞ്ഞു. നിലവിലുള്ള സാഹചര്യവും ജനങ്ങളുടെയും ഇടതുശക്തികളുടെയും പ്രത്യേകിച്ച് സി പി ഐ എമ്മിന്റെയും മുന്നേറ്റത്തിന് തികച്ചും അനുകൂലമാണ്. ഇന്ത്യയിൽ ഇടതുശക്തികൾക്ക് നല്ല ഭാവിയാണുള്ളത്.

കമ്യൂണിസ്റ്റ് പാർട്ടിക്ക് ഒരിക്കലും വാതിലടച്ചിടാനാവില്ല

സീതാറാം യെച്ചൂരി/ തുഫൈൽ പി ടി

പതിനെട്ടു വയസ്സിൽ ഇടതുപക്ഷത്തല്ലാത്തവരിൽ അല്പം കുഴപ്പം കാണുമെന്നതു പോലെ തന്നെ മുപ്പതു വയസ്സിനു ശേഷവും ഇടതുപക്ഷത്തുതന്നെ തുടരുന്നവരിലും അല്പം കുഴപ്പമുണ്ടാകും. അവസാനമായി ഇതു പറഞ്ഞുകേട്ടത് കേന്ദ്രമന്ത്രി കപിൽ സിബലിൽ നിന്നാണ് അദ്ദേഹത്തിന്റെ രണ്ടാമത്തെ കവിതാസമാഹാരത്തിന്റെ പ്രകാശന വേളയിൽ കോളേജു കാലത്ത് താനൊരു കമ്യൂണിസ്റ്റായിരുന്നു എന്ന് അനുഭവം പങ്കുവക്കുകയായിരുന്നു അദ്ദേഹം. വിദ്യാർത്ഥിരാഷ്ട്രീയത്തിലൂടെ ആരംഭിച്ച് ഏറ്റവുമൊടുവിൽ ലണ്ടൻ പിടിച്ചെടുക്കാൻ സമരത്തിൽ അവിടത്തെ യുവാക്കളോട് ഐക്യദാർഢ്യം പ്രകടിപ്പിച്ച് നിരത്തിലിറങ്ങിയ താങ്കൾ ഇത്തരം വിമർശനങ്ങളോട് എങ്ങനെയാണ് പ്രതികരിക്കുക.

ഇപ്പറഞ്ഞതിൽ പുതിയതായി യാതൊന്നും തന്നെയില്ല. ഇടതുപക്ഷത്തിനെതിരായി തലമുറകളായി പറഞ്ഞുകേട്ടുവരുന്ന ഒന്നാണിത്. അത്തരം ആളുകളും ഞാനും തമ്മിൽ ഒറ്റ വ്യത്യാസമേയുള്ളൂ. ഞാൻ ഇതുവരെ എന്റെ പ്രത്യയശാസ്ത്രത്തിൽ വിട്ടുവീഴ്ച ചെയ്യാൻ തയ്യാറായില്ല എന്നുള്ളതാണത്. അവരവരുടെ പ്രത്യയശാസ്ത്രത്തിൽ ഉറച്ചുനില്ക്കാൻ തന്റേടമില്ലാത്തവരാണ് ഇത്തരം ഒഴികഴിവുകൾ പറയേണ്ടിവരുന്നത്. എന്തിനു വേണ്ടി തങ്ങളുടെ പ്രത്യയശാസ്ത്രം കൈവിടേണ്ടി വന്നു എന്നതിന് കാരണങ്ങൾ നിരത്തേണ്ടിവരുന്നതും അവർക്കാണ്. ഞാൻ അതിൽ ഉൾപ്പെടുന്നില്ല. കൂടുതൽ സുഖപ്രദമായ ജീവിതം കാണുമ്പോൾ പ്രത്യയശാസ്ത്രത്തോടുള്ള പ്രതിബദ്ധത മറന്നുപോയവരാണവർ. ആനന്ദദായകമായ ഒരു ജീവിതത്തിനു വേണ്ടിയുള്ള നിങ്ങളുടെ വ്യക്തിഗതമായ ബലഹീനതകൾ ഒരിക്കലും മാർക്സിസം പോലുള്ള ഒരു തത്ത്വശാസ്ത്രത്തിനെതിരായുള്ള ആക്ഷേപമായി കാണാനാകില്ല.

നിങ്ങളുടെ അവസരവാദത്തിനപ്പുറം യാതൊന്നും തന്നെ അത്തരം വിമർശനങ്ങളിൽ പ്രതിഫലിക്കുന്നില്ല. നിങ്ങളിൽ സ്വയം സമർപ്പണമില്ലായ്മയുടെയും പ്രതിജ്ഞാബദ്ധതയില്ലായ്മയെയുമാണ് കാണിക്കുന്നത്.

ഈയവസരത്തിൽ മറ്റൊരു രാഷ്ട്രീയനർമ്മമാണോർമ്മ വരുന്നത്. ഇന്ത്യയുടെയും ചൈനയുടെയും സമ്പദ് വ്യവസ്ഥയെക്കുറിച്ച് പ്രതിപാദിക്കുന്ന റോബിൻ മറിഡിത്തിന്റെ 'ആനയും വ്യാളിയും' (Elephant and the Dragan) എന്ന പുസ്തകത്തിലെവിടെയോ വായിച്ചതാണ്. എഴുത്തുകാരി സൃഷ്ടിച്ച ഒരു സാങ്കല്പിക സന്ദർഭത്തിൽ ചൈനീസ് കമ്യൂണിസ്റ്റ് നേതാവ് ദെങ് സിയാവോ പിങ് (Deng Xlao ping) കാറിൽ സഞ്ചരിച്ചു കൊണ്ടിരിക്കെ അദ്ദേഹത്തിന്റെ ഡ്രൈവർ അദ്ദേഹത്തോടു പറഞ്ഞു. "കോമ്രേഡ്... നമ്മൾ ഇപ്പോൾ ഒരു നാൽക്കവലയിലാണുള്ളത്. മുന്നിലുള്ള അടയാളം കാണിക്കുന്നത് ഇടത്തോട്ടു പോയാൽ കമ്യൂണിസത്തിലേക്കും വലത്തോട്ടു പോയാൽ മുതലാളിത്തത്തിലേക്കും എത്തിച്ചേരുമെന്നാണ്. നമ്മൾ ഏതു വഴിയേ പോകും? അപ്പോൾ ഡെങ് പറയുന്നു. "വിഷമിക്കേണ്ട... ഇടത്തോട്ടേക്കുള്ള സിഗ്നൽ കാണിച്ചിട്ട് വണ്ടി വലത്തോട്ടേക്കു തിരിച്ചോളൂ.." ഡെങ്ങിന്റെ സ്ഥാനത്ത് ഇന്ത്യൻ കമ്യൂണിസത്തെ പ്രതിഷ്ഠിച്ചുകൊണ്ടും ഈ തമാശ വളരെ പ്രചാരം നേടിയിട്ടുണ്ട്. ഈ ആധുനിക യുഗത്തിൽ, ശക്തമായ ആഗോളവല്ക്കരണത്തിന്റെയും നവ ഉദാരീകരണത്തിന്റെയും സമയത്ത് ഇടതുപക്ഷത്തു നില്ക്കുക എന്നതുതന്നെ വളരെ ദുഷ്കരമല്ലേ.

ഒരിക്കലുമല്ല, ദുഷ്കരമാകുന്നത് നിങ്ങൾ വിശ്വസിക്കുന്ന തത്ത്വശാസ്ത്രത്തോട് നിങ്ങൾക്ക് ആത്മാർത്ഥതയില്ലാതാകുമ്പോഴാണ്. അല്ലെങ്കിൽ പ്രത്യയശാസ്ത്രത്തോടുള്ള പ്രതിജ്ഞാബദ്ധത നഷ്ടപ്പെടുമ്പോഴാണ്. അത്തരം ആളുകൾക്കു പക്ഷേ, ഒഴികഴിവുകൾ കണ്ടെത്തുക എന്നത് ഒട്ടും ദുഷ്കരമല്ലതാനും. യഥാർത്ഥ മാർക്സിസ്റ്റുകൾക്കെതിരായി തമാശകൾ പടച്ചുവിടുക എന്നത് അവർക്ക് അതിലേറെ എളുപ്പമുള്ള സംഗതിയായിരിക്കുകയും ചെയ്യും.

താങ്കൾ ഒരു കമ്യൂണിസ്റ്റായി രൂപാന്തരപ്പെട്ട പ്രക്രിയ വിശദീകരിക്കുമോ? വായിച്ച പുസ്തകങ്ങൾ, സ്വാധീനിച്ച വ്യക്തികൾ, കടന്നുപോയ സംഭവങ്ങൾ തുടങ്ങിയവ.

എന്റെ തലമുറ വരുന്നത് എഴുപതുകളിൽനിന്നാണ്. എഴുപതുകളിലാണ് ഞങ്ങൾ ബിരുദവും ബിരുദാനന്തര ബിരുദവുമെല്ലാം പഠിക്കുന്നത്. സ്വതന്ത്ര ഇന്ത്യയിൽ ആദ്യമായി വലിയ രീതിയിൽ വിദ്യാസമ്പന്നരായ തൊഴിൽരഹിതരുടെ എണ്ണം പെരുകിവരുന്ന ഒരു സന്ദർഭം കൂടിയായിരുന്നു അത്. സ്വാതന്ത്ര്യസമരവും സ്വയംഭരണ പ്രസ്ഥാനവുമെല്ലാം ജനങ്ങളിൽ വലിയ പ്രതീക്ഷകൾ സൃഷ്ടിച്ച ഒരു സമയവും സന്ദർഭവുമായിരുന്നു അത്. പക്ഷേ അത്തരമൊരവസരത്തിൽ സാർവ്വത്രിക തൊഴിൽ, സാർവ്വത്രിക വിദ്യാഭ്യാസം, സാർവ്വത്രിക ആരോഗ്യം എന്നിങ്ങനെയുള്ള മുഴുവൻ പ്രതീക്ഷകളും കൺമുന്നിൽ തകർന്നടിയുന്നതാണ് ഞങ്ങൾക്കു കാണേണ്ടിവന്നത്. ദാരിദ്ര്യം, കൂടുതൽ ശക്തിപ്രാപിച്ചുകൊണ്ടിരിക്കുകയായിരുന്നു. അന്നേരമാണ് ഇന്ദിരാഗാന്ധി 'ഗരീബി ഹഠാവോ' (ദാരിദ്ര്യം അകറ്റൂ) എന്ന മുദ്രാവാക്യവുമായി വരുന്നത്. അതിനുശേഷം രണ്ടുമൂന്നു വർഷത്തിനുള്ളിൽ തന്നെ ഞങ്ങൾക്ക് 'ഗരീബി ലൗട്ടാവോ' (ദാരിദ്ര്യം തിരിച്ചുതരൂ) എന്ന മുദ്രാവാക്യവുമായി രംഗത്തു വരേണ്ടിവന്നു. കാരണം ആ ഒന്നുരണ്ടു വർഷങ്ങൾക്കുള്ളിൽ പ്രശ്നം കൂടുതൽ സങ്കീർണ്ണമായിക്കൊണ്ടിരിക്കുകയായിരുന്നു. അന്ന് ഉയർന്നുവന്ന ചോദ്യം പ്രധാനമായും എവിടെയാണ് രാജ്യത്തിന് തെറ്റുപറ്റിപ്പോയതെന്നായിരുന്നു. സ്വാതന്ത്ര്യലബ്ധിക്കുശേഷം നമ്മൾ നേടിയെടുക്കാൻ ഒരുമ്പെട്ട കാര്യങ്ങൾ എന്തുകൊണ്ടാണ് അത്രയും കാലങ്ങൾക്കുശേഷവും നേടിയെടുക്കാനാകാതെപോയത്? അതിനുള്ള ഒരേയൊരു ഉത്തരമാണ് അന്ന് ഇടതുപക്ഷത്തെയും പ്രത്യേകിച്ച് സി പി ഐ (എം)നെയും കണ്ടിരുന്നത്. ജനങ്ങളുടെ പ്രശ്നങ്ങളുമായി ബന്ധപ്പെട്ട അടിസ്ഥാന ചോദ്യങ്ങൾക്കുള്ള യഥാർത്ഥ ഉത്തരം അവിടെയാണെന്ന് ഞങ്ങൾ കണ്ടു.

ഇക്കാലത്തും നേരത്തെ സൂചിപ്പിച്ചതുപോലെ ഈ ആഗോളവല്ക്കരണത്തിന്റെ യുഗത്തിലും ഈ പ്രത്യയശാസ്ത്രത്തിന്റെ പ്രസക്തി വർദ്ധിക്കുന്നേയുള്ളൂ. ഇപ്പോൾ മുതലാളിത്തരാജ്യങ്ങളിൽ നിന്നുതന്നെ അതിനുള്ള തെളിവുകൾ ലഭിച്ചുകൊണ്ടിരിക്കുകയാണ്. വാൾട്സ്ട്രീറ്റ് പിടി

ച്ചെടുക്കൽ സമരവും (*occupy wall street movement*) മറ്റും കാണിക്കുന്നതും അതുതന്നെയല്ലേ? ആഗോളതലത്തിൽ തന്നെ മുതലാളിത്ത വ്യവസ്ഥിതിക്കെതിരായി പ്രതിഷേധം ഉയർന്നുകൊണ്ടിരിക്കുകയാണ്. കഴിഞ്ഞ ഇരുപതു വർഷത്തിനിടയിൽ ആദ്യമായിട്ടാണ് നിലനില്ക്കുന്ന വ്യവസ്ഥകൾ തുലയട്ടെ എന്ന അർത്ഥത്തിലുള്ള മുദ്രാവാക്യങ്ങൾ നമ്മൾ കേൾക്കാൻ തുടങ്ങിയില്ലേ? കമ്യൂണിസം, ആ അർത്ഥത്തിൽ ആധുനിക പശ്ചാത്തലത്തിൽ നിഷ്ക്രിയമാകുന്നില്ല എന്നല്ല അത് കൂടുതൽ പ്രസക്തമായിക്കൊണ്ടിരിക്കുകയാണ്. വത്തിക്കാനിലെ മഹാനായ പോപ്പ് പോലും ഇപ്പോഴത്തെ പ്രതിസന്ധിയുടെ കാരണം മനസ്സിലാക്കാൻ വേണ്ടി കാൾ മാർക്സിന്റെ *മൂലധന*ത്തിന്റെ കോപ്പികൾ വരുത്തിച്ചുവെന്നാണ് വാർത്തകളിലൂടെ നാം അറിയുന്നത്. മാർക്സിസ്റ്റ് തത്ത്വസംഹിതയുടെ വളർച്ചയെയാണത് കാണിക്കുന്നത്.

എഴുപതുകളിൽ ഞങ്ങളുടെ വിദ്യാഭ്യാസകാലത്ത്, രാജ്യത്തെ വെറും നാലു ശതമാനം യുവജനങ്ങൾക്കേ ഉന്നത വിദ്യാഭ്യാസം പ്രാപ്യമായിരുന്നുള്ളൂ. അന്ന് ഉപരിപഠനത്തിനുള്ള ഭാഗ്യം സിദ്ധിച്ച തുലോം തുച്ഛമായ ഞങ്ങൾക്ക് ഞങ്ങളുടെ മാത്രം ഭാവിയും ഉദ്യോഗവും മുന്നിൽ കണ്ടുകൊണ്ട് ജീവിക്കാനാകുമായിരുന്നില്ല. വിദ്യാഭ്യാസത്തിലൂടെ ഞങ്ങൾ സിദ്ധിച്ച അറിവും കഴിവും സമൂഹത്തിൽ മാറ്റത്തിനായി ഉപയോഗപ്പെടുത്തേണ്ടതുണ്ടെന്ന് ഞങ്ങൾ തിരിച്ചറിഞ്ഞു. അതിനുള്ള ശരിയായ മാർഗ്ഗമായാണ് അന്ന് ഞങ്ങൾ പാർട്ടിയെ കണ്ടത്. ഇപ്പോഴും ജനങ്ങളുടെ ഇച്ഛ നിറവേറ്റാനുള്ള യഥാർത്ഥ മാർഗ്ഗം അതുതന്നെയാണെന്ന് ഞാൻ വിശ്വസിക്കുന്നു.

തെലങ്കാന സമരം താങ്കളുടെ വിദ്യാഭ്യാസത്തിന് ഭംഗം വരാനിടയാക്കിയിരുന്നു. താങ്കളുടെ രാഷ്ട്രീയത്തെ തെലങ്കാനാ സമരം ഏതെങ്കിലും തരത്തിൽ സ്വാധീനിച്ചിട്ടുണ്ടോ?

ഏതു കാര്യത്തിനാണ് നമ്മുടെ രാഷ്ട്രീയത്തെ സ്വാധീനിക്കാതിരിക്കാനാവുക? നമ്മുടെ ജീവിതം മുഴുവൻ നമ്മുടെ രാഷ്ട്രീയത്തെ സ്വാധീനിക്കുന്നില്ലേ? അല്ലെങ്കിൽ നമ്മുടെ ജീവിതംതന്നെയല്ലേ നമ്മുടെ രാഷ്ട്രീയം? തെലങ്കാനാ സമരത്തിൽ 1969 ൽ ശക്തമായ പ്രക്ഷോഭമാണ് നടന്നിരുന്നത്. ഇന്നു നിങ്ങൾ കാണുന്ന സമരത്തേക്കാളൊക്കെ എത്രയോ ശക്തമായിരുന്നു അത്. എന്റെ തലമുറയിലുള്ളവർക്ക് അക്കാലത്ത് ഒരു വർഷത്തെ അദ്ധ്യയനവർഷം നഷ്ടപ്പെടുത്തേണ്ടി വന്നു. വീണ്ടും ഒരു വർഷംകൂടി നഷ്ടപ്പെടുമോ എന്ന ആശങ്ക പിന്നെയും അവശേഷിച്ചിരുന്നു. പക്ഷേ, അതിനു മുമ്പേ തന്നെ എന്റെ അച്ഛന് ഡൽഹിയിലേക്കു സ്ഥലംമാറ്റം ലഭിച്ചു. സ്ഥലംമാറ്റം ലഭിച്ചപ്പോൾ അച്ഛൻ ഹൈദരാബാദിലെ നിസ്സാം കോളേജിൽ പ്രിയൂണിവേഴ്സിറ്റിക്ക് (അന്നൊക്കെ യൂണിവേഴ്സിറ്റിക്ക് തൊട്ടമുമ്പുള്ള കോഴ്സ് അങ്ങനെയാണ് അറിയപ്പെട്ടിരുന്നത്) പഠിച്ചുകൊണ്ടിരുന്ന എന്നെ അതവസാനിപ്പിച്ച് ഡൽഹിയിലേക്ക് അച്ഛന്റെ കൂടെ പോകാൻ പ്രേരിപ്പിച്ചു. അങ്ങനെ ഒരു അക്കാദമി വർഷം കൂടി നഷ്ടപ്പെടാതിരിക്കാൻ വേണ്ടിയാണ് ആദ്യമായി ഞാൻ ഡൽഹിയിലെത്തിപ്പെടുന്നത്.

സമരത്തിന്റെ സ്വാധീനം ചോദിക്കുകയാണെങ്കിൽ നെഗറ്റീവും പോസിറ്റീവുമായുള്ള എല്ലാ സമരങ്ങളും നമുക്ക് ഓരോരോ പാഠങ്ങളായിരിക്കും. തെലങ്കാനാ സമരം ഒരർത്ഥത്തിൽ പലർക്കും ഒരു പ്രധാനപ്പെട്ട വെളിപ്പെടലായിരുന്നു. അന്നത്തെ സാഹചര്യം വച്ചു നോക്കുമ്പോൾ വെറും പതിനഞ്ച് വർഷങ്ങൾക്ക് മുമ്പ് 1956 ലാണ് ഭാഷാടിസ്ഥാനത്തിൽ സംസ്ഥാനങ്ങളുടെ പുനർരൂപവല്ക്കരണം നടന്നിരുന്നത്. വിശാലആന്ധ്ര അതിൽ ഏറ്റവും മുൻനിരയിലാണുണ്ടായിരുന്നത്. വിശാല ആന്ധ്രക്കു ശേഷമാണ് ഐക്യകേരളവും സംയുക്ത മഹാരാഷ്ട്രയുമെല്ലാം രൂപം കൊണ്ടത്. പിന്നെയാണ് മറ്റു ഭാഷാ സംസ്ഥാനങ്ങളുടെയെല്ലാം പുനരേകീകരണം നടക്കുന്നത്. പക്ഷേ, വെറും പതിനഞ്ചു വർഷങ്ങൾക്കുള്ളിൽ തന്നെ വിശാലആന്ധ്രയിൽ ഭാഷാ സംസ്ഥാനത്തിനകത്തെ വിഭജനത്തിനായുള്ള മുറവിളി ഉയർന്നുവന്നു. അത് ഇന്ത്യ അതുവരെ പിന്തുടർന്നിരുന്ന മുതലാളിത്ത വികസനപാതയിലെ വൈരുദ്ധ്യത്തെക്കൂടി തുറന്നുകാട്ടുന്നതായിരുന്നു. ഭരണവർഗ്ഗത്തിന്റെ മുതലാളിത്ത വികസനപാത ജനങ്ങൾക്കിടയിൽ മാത്രമല്ല, പ്രാദേശികങ്ങൾക്കിടയിലും അസമത്വം സൃഷ്ടിക്കുന്ന തരത്തിലുള്ളതായിരുന്നു. പിന്നാക്ക ദേശങ്ങളിലെ ജനങ്ങൾ അപ്പോൾ സ്വാഭാവികമായും പ്രക്ഷോഭത്തിനിറങ്ങിപ്പുറപ്പെട്ടു. ഇവിടെ നമുക്ക് ലഭിക്കുന്ന ആദ്യത്തെ പാഠവും അതുതന്നെയാണ്. മുതലാളിത്തം വിതയ്ക്കുന്ന അസമത്വം വ്യക്തികൾക്കിടയിൽ മാത്രമോ മനുഷ്യരുടെയിടയിൽ മാത്രമോ അല്ല, മറിച്ച് അത് ദേശങ്ങൾക്കിടയിലും സമൂഹ

ത്തിന്റെ ഓരോ തുറയിലും അസമത്വം സൃഷ്ടിക്കുന്നു. തെലങ്കാന സമരത്തിന്റെ കാതൽ എന്നു പറയാവുന്നത് അതായിരുന്നു. ഇന്നും അവിടത്തെ പ്രശ്നം ആ മേഖലയിലെ സാമ്പത്തിക പിന്നോക്കാവസ്ഥ തന്നെയാണ്.

താങ്കളിൽ ഒരു കമ്യൂണിസ്റ്റ് രൂപം കൊണ്ടതെങ്ങനെയെന്നതിനെക്കുറിച്ചാണ് നമ്മൾ ഇപ്പോൾ സംസാരിച്ചുകൊണ്ടിരുന്നത്.

ഒരു പ്രത്യേക സംഗതിയെ ചൂണ്ടിക്കാട്ടിക്കൊണ്ട് ഇതാണെന്നെ കമ്യൂണിസ്റ്റാക്കിയതെന്നു പറയുക വളരെ വിഷമകരമാണ്. *Communism, like life, is a very cumulative experience.* കമ്യൂണിസം ജീവിതം പോലെതന്നെ വളരെ സമന്വയമായ ഒരനുഭവമാണ്. ഒരു നിശ്ചിത കാലഘട്ടത്തെ ചൂണ്ടിക്കാണിച്ചുകൊണ്ടേ ആ പ്രക്രിയ വിശദീകരിക്കാനാകൂ. ജന്മിത്വത്തിന്റെ വിവിധ ഭാവങ്ങളും. ഹൈദരാബാദിലെ നിസാം ഭരണത്തിന്റെ പരോക്ഷമായ തുടർച്ചയും (*Hang over*) ഞാൻ വളർന്നുവന്ന ആന്ധ്രയിലെ ഗ്രാമങ്ങളിലെ വയലുകളിലും കാർഷിക ഇടങ്ങളിലും സ്ഥിരമായി കാണാറുള്ള ചൂഷണത്തിന്റെ പല മുഖങ്ങളും ഉള്ളിൽ വെറുപ്പുളവാക്കിയിരുന്നു. ഇന്നും അത്തരം മനുഷ്യത്വരഹിതമായ ചൂഷണങ്ങൾ നാം നേരിൽ കാണുന്നില്ലേ? ഈ ഘടകങ്ങളെല്ലാം തന്നെ അക്കാദമികമായി നമ്മൾ നേടിയ അറിവുമായി ചേർന്ന് മനസ്സിൽ പുതിയ ചോദ്യങ്ങളുടെ വിത്തു പാകുന്നു. സമൂഹത്തിന്റെ ചലനവും സ്പന്ദനവും അറിയുന്നു. എങ്ങനെയാണ് സമൂഹം മാറ്റത്തിന് വിധേയമാകുന്നത്? എന്തുകൊണ്ടാണ് വ്യവസ്ഥിതികൾ മാറുന്നത്? അടിമത്തം ജന്മിത്വത്തിലേക്കും ജന്മിത്ത്വം മുതലാളിത്തത്തിലേക്കും പരിണമിക്കുന്നതെങ്ങനെയാണ്? എന്തുകൊണ്ടാണ് ഈ വ്യവസ്ഥിതികളെല്ലാം ചൂഷണത്തിൽ അധിഷ്ഠിതമായിരിക്കുന്നത്? അതിൽ നിന്നൊരു മോചനമെവിടെയാണ്? ചൂഷണത്തിനു വിരുദ്ധമായ ഒരു സാമൂഹിക സംവിധാനം സാദ്ധ്യമല്ലേ? അതായിരുന്നു ആത്യന്തികമായ പ്രചോദനം. മനുഷ്യൻ മനുഷ്യനെ ചൂഷണം ചെയ്യാത്ത ഒരു സമൂഹം. അതിന്റെ രൂപവല്ക്കരണം. അതായിരുന്നു അടിസ്ഥാനപ്രേരണ. ഇപ്പോഴും അതുതന്നെയാണ് പ്രചോദനം. അതു നേടിയെടുക്കുന്നതുവരെയുള്ള സമരം, പോരാട്ടം.

താങ്കളിലെ രാഷ്ട്രീയ നേതാവിനെ രൂപപ്പെടുത്തിയത് ഡൽഹിയിലെ ജവഹർലാൽ നെഹ്റു യൂണിവേഴ്സിറ്റിയിൽ വിദ്യാർത്ഥിയായിരുന്ന കാലമാണ്. ഇപ്പോഴും മൂന്നു തവണ വിദ്യാർത്ഥി യൂണിയന്റെ പ്രസിഡന്റായി തിരഞ്ഞെടുക്കപ്പെട്ട ഒരു അപൂർവ്വ ബഹുമതി താങ്കളുടെ പേരിൽ അവിടെ നിലനില്പുണ്ട്.

ജെ എൻ യു വിലുണ്ടായിരുന്ന കാലം വളരെ നിർണ്ണായകമായിരുന്നു. ആ സമയത്താണ് ഞാൻ നേരത്തേ പറഞ്ഞ ചോദ്യങ്ങളൊക്കെ ഉയർന്നുവരുന്നത്. രാജ്യമൊട്ടാകെ വലിയ പ്രതിസന്ധി നേരിടുന്ന ഒരു

സന്ദർഭമാണത്. 1973 ൽ എം എയ്ക്കു ചേർന്ന ഞാൻ 1979 ൽ പി എച്ച് ഡി കഴിയുന്നതുവരെ അവിടെയുണ്ടായിരുന്നു. ആ സമയത്ത് രാജ്യം നേരിട്ട വലിയ പ്രതിസന്ധികൾ അടിയന്തരാവസ്ഥ അടിച്ചേല്പിക്കപ്പെടുന്നതിലേക്കും ജനാധിപത്യ ധ്വംസനത്തിലേക്കും വരെയെത്തിച്ചു. ആ സമയത്തുതന്നെയാണ് വലിയ തരത്തിലുള്ള ഒരു റെയിൽവേ സമരം അരങ്ങേറുന്നതും. ജനങ്ങളിൽ അനുഭവപ്പെട്ട ഒരുതരം നിരാശ നാടെങ്ങും പടർന്നുപിടിച്ചു. അറുപതുകളുടെ അവസാനവും എഴുപതുകളുടെ തുടക്കത്തിലുമുണ്ടായ നക്സൽപ്രസ്ഥാനം ഉയർന്നുവന്ന സമയം കൂടിയാണത്. സമൂഹത്തിൽ വ്യവസ്ഥാപിതമായ മാറ്റം കൊണ്ടുവരാൻ സാധിക്കാത്തതിലെ അമർഷവും ശക്തമായ ഒരടിത്തറ പണിയാനാകാത്തതിലെ അക്ഷമയും ജനങ്ങൾ പലവിധത്തിലാണ് പ്രകടിപ്പിച്ചിരുന്നത്. ഒരു കാല്പനിക ഭാവമുണ്ടായിരുന്നു അന്നത്തെ സമരങ്ങൾക്ക്. തങ്ങളുദ്ദേശിക്കുന്ന മാറ്റം സമൂഹത്തിൽ ഉടൻ തന്നെ കൈവരിക്കുമെന്ന പ്രത്യാശയുണ്ടായിരുന്നു. പലവിധത്തിലും ജനങ്ങൾ പ്രകടമാക്കിക്കൊണ്ടിരുന്ന ഈ സമരങ്ങളിൽ ഏതാണ് യഥാർത്ഥ മാർഗ്ഗം എന്ന് കണ്ടെത്തേണ്ട സമയം കൂടിയായിരുന്നു അത്. അന്നാണ് മനസ്സിൽ പല ആശയങ്ങളും

ദൃഢപ്പെടുന്നത്. അന്നാണ് ഞാൻ ഒരു പ്രാക്ടീസിങ് കമ്യൂണിസ്റ്റായി ദൃഢപ്പെട്ടു വന്നതും.

അന്നൊക്കെ മാർക്സിസ്റ്റ് ക്ലാസിക്കുകൾ ധാരാളമായി വായിക്കുമായിരുന്നു. സമകാലീന നോവലുകളായിരുന്നു പിന്നീട് ഏറ്റവുമധികം വായിച്ചിരുന്നത്. അമേരിക്കയിലെ വളർന്നുവരുന്ന തൊഴിലാളി സംഘടനകളെക്കുറിച്ചും മുതലാളിത്തത്തിനെതിരെ അവിടെ നിലനിന്നിരുന്ന ചെറുത്തുനില്പുകളെക്കുറിച്ചും വിവരിക്കുന്ന നോവലുകൾ അന്ന് ആവേശം കൊള്ളിച്ചിരുന്നു. എണ്ണമറ്റ മാർക്സിയൻ സാഹിത്യങ്ങൾ അന്നൊക്കെ പുതിയ അറിവും പുത്തൻ മാനങ്ങളുമാണ് ഞങ്ങൾക്ക് സമ്മാനിച്ചിരുന്നത്. ഇ പി തോംസന്റെ ചരിത്രഗ്രന്ഥങ്ങളുണ്ടായിരുന്നു. പിന്നെ മാർക്സിന്റെയും എംഗൽസിന്റെയും തന്നെ സൃഷ്ടികൾ. അവയെല്ലാം വലിയ സ്വാധീനശക്തികളായിരുന്നു.

പിന്നെ ഇന്ത്യയിലെ നിരവധി കമ്യൂണിസ്റ്റ് നേതാക്കൾ വലിയ പ്രചോദനമായിരുന്നു. അവരാണ് എനിക്ക് ഒരു മുഴുസമയ കമ്യൂണിസ്റ്റ് പ്രവർത്തകനാകാനുള്ള പ്രേരണയേകിയത്. അതിൽ മുൻപന്തിയിലുണ്ടായിരുന്നത് കോമ്രേഡ് സുന്ദരയ്യയായിരുന്നു. അദ്ദേഹവുമായി വ്യക്തിതലത്തിൽ വളരെ നല്ല അടുപ്പമുണ്ടായിരുന്നു. പ്രത്യയശാസ്ത്രതലത്തിൽ വലിയ പ്രചോദനമായിരുന്നു. മരണത്തിനു മുമ്പുവരെ അദ്ദേഹം ഡൽഹിയിൽ വരുമ്പോഴെല്ലാം എന്റെ കൊച്ചുഫ്ളാറ്റിലാണ് താമസിക്കാറുണ്ടായിരുന്നത്. അദ്ദേഹത്തിന്റെ പ്രവർത്തനങ്ങളും ആത്മാർത്ഥയും അർപ്പണമനോഭാവവുമെല്ലാം എനിക്ക് വലിയ പ്രചോദനങ്ങളായിരുന്നു. രാഷ്ട്രീയവുമായി യാതൊരു ബന്ധവുമില്ലായിരുന്നെങ്കിലും എന്റെ കുടുംബത്തെ അദ്ദേഹത്തിന് പരിചയമുണ്ടായിരുന്നു. എന്റെ വല്യച്ഛൻ ഹൈക്കോടതി ജഡ്ജിയായിരുന്നു. വല്യമ്മ ഒരു വീട്ടമ്മയായിരുന്നെങ്കിലും സ്വാതന്ത്ര്യസമരത്തിലെ സ്ത്രീപങ്കാളിത്തത്തിൽ സുപ്രധാന പങ്കുവഹിച്ചവരായിരുന്നു. അവരെയും അദ്ദേഹത്തിന് പരിചയമുണ്ടായിരുന്നു. ദേശഭക്തിയിൽക്കവിഞ്ഞ് മറ്റു രാഷ്ട്രീയമൊന്നും ഉണ്ടായിരുന്നില്ല എന്റെ കുടുംബത്തിന്. കമ്യൂണിസം തീർച്ചയായും ഇല്ലതന്നെ. അതുകൊണ്ടുതന്നെ എന്റെ വല്യമ്മ ഒരിക്കൽ പി എസ് എന്ന് ഞങ്ങൾ വിളിച്ചിരുന്ന കോമ്രേഡ് സുന്ദരയ്യയെക്കണ്ടപ്പോൾ ചോദിച്ചു. "എന്തിനാണ് നിങ്ങൾ എന്റെ കൊച്ചുമോനേ നിങ്ങളുടെ പാർട്ടിയിലെടുത്തത്? എന്തിനാണ് നിങ്ങളവന്റെ ജീവിതം നശിപ്പിക്കുന്നത് എന്ന്." എന്റെ വല്യമ്മ തന്നെ പിന്നീട് പലപ്പോഴും പറഞ്ഞുകേട്ട സംഭവമാണിത്. അപ്പോൾ പി എസ് അവരോട് പറഞ്ഞത്രെ. "നിങ്ങളുടെ കൊച്ചുമോനെപ്പോലെ മറ്റൊരാളെ നിങ്ങൾ ഞങ്ങളുടെ പാർട്ടിക്ക് തരികയാണെങ്കിൽ അവനെ ഞങ്ങൾ നിങ്ങൾക്കുതന്നെ വിട്ടു തരാം."

പിന്നെ, പാർട്ടിയുടെ ജനറൽ സെക്രട്ടറിയെന്ന നിലയ്ക്ക് ഇ എം എസായിരുന്നു എന്നെ ഒരു മുഴുവൻ സമയ പാർട്ടി പ്രവർത്തകനാകാൻ പ്രേരിപ്പിച്ചിരുന്നത്. 1984 ൽ അദ്ദേഹം ജനറൽ സെക്രട്ടറിയായിരിക്കു

മ്പോഴാണ് എന്നെ പാർട്ടി സെൻട്രൽ കമ്മിറ്റിയിലേക്ക് തിരഞ്ഞെടുത്തിരുന്നത്. ആ തലമുറയിൽത്തന്നെ വേറെയുമുണ്ടായിരുന്നു നേതാക്കൾ. ആന്ധ്രയിൽ നിന്നുള്ള നേതാക്കൾ. ആന്ധ്രയിൽ നിന്നുതന്നെയുള്ള ബാസവ പുന്നയ്യയാണ് അതിൽ പ്രധാനപ്പെട്ട മറ്റൊരാൾ.

അടിയന്തരാവസ്ഥക്കാലത്തെ താങ്കൾ എങ്ങനെയാണ് ഓർമ്മിക്കുന്നത്? അന്നത്തെ താങ്കളുടെ ഒളിവുജീവിതവും മറ്റും.

അടിയന്തരാവസ്ഥ പ്രഖ്യാപിച്ച വേളയിൽ ഇന്നാലോചിക്കുമ്പോൾ അസാധാരണമെന്നും തമാശയെന്നും തോന്നാവുന്നതാണ്. രാത്രിയിൽ ഡൽഹി പൊലീസ് ജെ എൻ യു വിലുള്ള ഞങ്ങളെ അറസ്റ്റ് ചെയ്യാൻ വന്നപ്പോൾ അബദ്ധവശാൽ ആദ്യം വളഞ്ഞത് പെൺകുട്ടികളുടെ ഹോസ്റ്റലായിരുന്നു. മൂന്ന് ഹോസ്റ്റലുകളാണ് അന്ന് ജെ എൻ യു വിൽ ഉണ്ടായിരുന്നത്. രണ്ടെണ്ണം ആൺകുട്ടികളുടേതും ഒരെണ്ണം പെൺകുട്ടികളുടേതും. കാമ്പസിലെത്തിയ പൊലീസ് ആദ്യത്തെ ബോയ്സ് ഹോസ്റ്റലിൽ നിന്നു കുറച്ചുപേരെ അറസ്റ്റ് ചെയ്തു. രണ്ടാമത് അവർക്ക് തെറ്റു പറ്റി പെൺകുട്ടികളുടെ ഹോസ്റ്റലിലേക്കാണവർ പോയത്. പറ്റിയ അബദ്ധം അവർ മനസ്സിലാക്കിയപ്പോഴേക്ക് നേരം ഏതാണ്ട് പുലർന്നിരുന്നു. അന്ന് സാധാരണഗതിയിൽ അറസ്റ്റുകൾ നടന്നിരുന്നത് രാത്രി രണ്ടു മണിക്കും മൂന്നു മണിക്കും ഇടയിലായിരുന്നു. പൊലീസ് പെൺകുട്ടികളുടെ ഹോസ്റ്റൽ വളഞ്ഞപ്പോഴേക്ക് അറസ്റ്റ് നടക്കുന്ന വിവരം കാമ്പസിലാകെ പരന്നിരുന്നു. നേരം നാലുമണി കഴിയുകയും ചെയ്തു. അത് ഞങ്ങൾക്ക് വേണ്ട മുൻകരുതലെടുക്കാനും രക്ഷപ്പെടാനുമുള്ള വഴിയൊരുക്കി. അങ്ങനെ ആദ്യത്തെ തവണ പൊലീസിന്റെ അബദ്ധം കൊണ്ട് അറസ്റ്റിൽ നിന്ന് കഷ്ടിച്ച് രക്ഷപ്പെടുകയാണുണ്ടായത്.

പിന്നീട് പാർട്ടിയുടെ നിർദ്ദേശപ്രകാരം ഞാൻ ഒളിവിൽ പോയി. ജൂലായ് മുതൽ നവംബർ അവസാനം വരെ. ഒളിവിലെന്നു പറയുമ്പോൾ അപ്പോഴും പാർട്ടി പ്രവർത്തനം തന്നെയായിരുന്നു. നേരത്തെ പറഞ്ഞതുപോലെ അറസ്റ്റുകളെല്ലാം നടന്നിരുന്നത് രാത്രിയിലായിരുന്നു. അതുകൊണ്ട് രാത്രികളിൽ പൊലീസിന്റെ കൺവെട്ടത്തു നിന്ന് മറഞ്ഞു നില്ക്കാൻ കൂടുതൽ ശ്രദ്ധിക്കേണ്ടിയിരുന്നു. അന്ന് സുരക്ഷിത ഇടം എന്ന് പറയാവുന്ന പ്രധാനപ്പെട്ട ഒരു സ്ഥലം (അതൊരു രഹസ്യമാണെങ്കിലും പറയുകയാണ്. ഇന്നും ഒളിച്ചിരിക്കാൻ പറ്റിയ ഒരിടമാണത്) ഓൾ ഇന്ത്യ ഇൻസ്റ്റിറ്റ്യൂട്ട് ഓഫ് മെഡിക്കൽ സയൻസസ് ആണ്. രാത്രിയിൽ ഞാൻ അവിടെയാണ് പോയിരുന്നത്. രോഗികളുടെ ബന്ധുക്കളും മറ്റുമായി ഒരു പറ്റം ആളുകളുണ്ടാകും അവിടെ. പാവം മനുഷ്യർ. രാത്രി തങ്ങാൻ മറ്റെവിടെയും പോകാനില്ലാത്തതുകൊണ്ട് അവർ ആസ്പത്രിയുടെ മദ്ധ്യത്തിലുള്ള വലിയ പുൽമുറ്റത്താണ് അന്തിയുറങ്ങിയിരുന്നത്. ഇന്നിപ്പോൾ അവിടെ ചെറിയ ബിൽഡിങ് ഒക്കെ പണിതിട്ടുണ്ട്. പക്ഷേ, അന്ന് ആ മുറ്റം നിറയെ ആളുകളുണ്ടാകുമായിരുന്നു. അവർക്കിടയിൽ

കിടക്കുമ്പോൾ ആർക്കും നിങ്ങളെ കണ്ടുപിടിക്കാനാകുമായിരുന്നില്ല. ആരാരെന്നു വരെ തിരിച്ചറിയാനാകില്ല. അങ്ങനെ ഞങ്ങൾ ഒളിവുകാലത്തെ പാർട്ടി പ്രവർത്തനം മുന്നോട്ടു കൊണ്ടുപോയി.

പക്ഷേ, നവംബർ അവസാനം എന്റെ അച്ഛന് അസുഖം പിടിപെട്ടു. ഓപ്പറേഷനായി അദ്ദേഹത്തെ ഇന്ന് റാം മനോഹർ ലോഹ്യയുടെ പേരിലറിയപ്പെടുന്ന അന്നത്തെ വെല്ലിങ്ടൺ ആസ്പത്രിയിൽ പ്രവേശിപ്പിച്ചു. പിന്നീട് രാത്രികളിൽ എനിക്ക് അദ്ദേഹത്തിന്റെ കൂടെ ആ ആസ്പത്രിയിൽ കഴിയേണ്ടി വന്നു. പക്ഷേ, ഒരു ദിവസം അച്ഛന് ഭേദമായെന്നും അന്ന് വൈകിട്ടു തന്നെ വീട്ടിലേക്കു കൂട്ടിക്കൊണ്ടുപോകാമെന്നും ഡോക്ടർ പറഞ്ഞു. അന്നുരാത്രി ഞങ്ങൾ അച്ഛനെ ഞങ്ങളുടെ ഫ്ളാറ്റിലേക്ക് കൊണ്ടുപോയി. അടിയന്തരാവസ്ഥ പ്രഖ്യാപിച്ചതിനുശേഷം ഞാൻ എന്റെ വീട്ടിലേക്ക് പോയ ആദ്യത്തെ രാത്രിയായിരുന്നു. അവിടെ വച്ച് പൊലീസെന്നെ പിടിച്ചു. അവർ സദാസമയവും എന്റെ വീട് നിരീക്ഷിക്കുന്നുണ്ടായിരുന്നെന്ന് അതോടെ വ്യക്തമായി.

പൊലീസ് എന്നെ മജിസ്ട്രേറ്റിനു മുന്നിൽ ഹാജരാക്കി. പാർലമെന്റ് സ്ട്രീറ്റിലായിരുന്നു അന്നത്തെ കോടതി. പക്ഷേ എനിക്കെതിരെയുള്ള കേസ് സി ആർ പി എഫ് വകുപ്പാണ് ഉൾപ്പെടുത്തിയിരുന്നതെന്ന് കോടതി കണ്ടെത്തി. അത് ജാമ്യം ലഭിക്കാവുന്ന വകുപ്പായിരുന്നു. പാർട്ടിയുടെ നിർദ്ദേശപ്രകാരം ഞാൻ ജാമ്യത്തിലിറങ്ങി. വീണ്ടും ഒളിവു ജീവിതം. പിന്നീടാണ് ഞങ്ങൾ പ്രതിരോധം തുടങ്ങുന്നത്. ഇപ്പോഴും ഞാനാലോചിക്കാറുണ്ട് അന്ന് നിസ്സാമുദ്ദീൻ പൊലീസ് സ്റ്റേഷനിലുണ്ടായിരുന്ന ഏതോ ഒരു പാവം എസ് എച്ച് ഒ എനിക്കെതിരെയുള്ള അറസ്റ്റു വാറണ്ട് സി ആർ പി സി വകുപ്പിനു കീഴിൽ ഉൾപ്പെടുത്തിയ അബദ്ധത്തിന് ചിലപ്പോൾ അയാൾക്ക് സസ്പെൻഷനോ സ്ഥലം മാറ്റമോ ഒക്കെ ലഭിച്ചിട്ടുണ്ടായിരിക്കാം. പക്ഷേ അന്ന് അയാൾ ചെയ്ത ആ അബദ്ധത്തിന്റെ പുറത്താണ് എനിക്ക് രണ്ടു മൂന്നു ദിവസത്തിനുള്ളിൽ തന്നെ ജയിൽവിട്ട് വെളിയിലിറങ്ങാനായത്.

അതിനുശേഷം വീണ്ടും ഞങ്ങൾ ഒളിവുകാല പാർട്ടിപ്രവർത്തനം തുടർന്നു. അന്ന് ജെ എൻ യു വിൽ ഞങ്ങൾ രൂപം കൊടുത്ത സംഘത്തിന്റെ പേരായിരുന്നു പ്രതിരോധം. ആ സമയത്താണ് ജെ എൻ യു വിനും അവിടുത്തെ വിദ്യാർത്ഥികൾക്കും നേരെ ശക്തമായ അക്രമം അഴിച്ചുവിടപ്പെട്ടത്. കുറെ വിദ്യാർത്ഥികളെ സമരത്തിന്റെ പേരിൽ യൂണിവേഴ്സിറ്റിയിൽ നിന്ന് പുറത്താക്കി. അടിയന്തരാവസ്ഥക്കാലത്തു തന്നെ ഞങ്ങൾ അവിടെ വലിയ ഒരു സമരം സംഘടിപ്പിച്ചിരുന്നു. ആ സമരത്തിനിടയ്ക്കാണ് കുപ്രസിദ്ധമായ ആ പൊലീസ് കിഡ്നാപ്പിങ് കേസ് അരങ്ങേറുന്നത്. ആറ് കിഡ്നാപ്പിങ് കേസുകളിലൊന്ന് ജെ എൻ യു വിൽ ഞങ്ങളുടെ കൂടെ പഠിച്ചിരുന്ന പ്രബീർ പുരകായസ്തയുടേതായിരുന്നു. ഷാ കമീഷന്റെ റിപ്പോർട്ടിൽ അടിയന്തരാവസ്ഥ ഇന്ത്യയിലെ ജനതയ്ക്ക് എന്താണർത്ഥമാക്കിയിരുന്നതെന്ന് വിവരിക്കാൻ വേണ്ടി സൂചിപ്പിച്ചിരുന്ന ആറ് കിഡ്നാപ്പിങ് കേസുകളിലൊന്ന് ഈ ജെ എൻ യു വിദ്യാർത്ഥിയുടേതായിരുന്നു.

സമരത്തിൽ അന്ന് ഞങ്ങൾ പല ആളുകളെയും പിക്കറ്റ് ചെയ്തുകൊണ്ടിരിക്കുകയായിരുന്നു. അതിലൊന്ന് മേനകാഗാന്ധിയായിരുന്നു. അവർ അന്ന് ജെ എൻ യു വിൽ വിദ്യാർത്ഥിയായിരുന്നു. അന്നവർ മേനകാഗാന്ധിയായിരുന്നില്ല. അന്നവരുടെ വിവാഹം കഴിഞ്ഞിരുന്നില്ല. സമരം ചെയ്യുന്ന വിദ്യാർത്ഥികൾ അന്ന് അവരെയും ക്ലാസിൽ പോകുന്നതിൽ നിന്നും തടഞ്ഞുനിർത്തി. ഉടനെതന്നെ ഉന്നതങ്ങളിലേക്ക് ഫോൺകോളുകളെത്തി. ജെ എൻ യു വിൽ സമരം വിജയകരമാകുന്നുണ്ടെന്നറിയിച്ചുകൊണ്ട് മേനകാഗാന്ധിയെ തടഞ്ഞതുകൊണ്ടാണോ എന്നെനിക്കറിയില്ല. പക്ഷേ, സത്യത്തിൽ സംഭവിച്ചത് അവരെ പിക്കറ്റ് ചെയ്ത് ഒരു മണിക്കൂറിനുള്ളിൽ തന്നെ നാടകീയമായി ഹിന്ദി സിനിമകളിലെന്നതുപോലെ അന്നത്തെ ഡൽഹി പൊലീസ് കമീഷണറുടെ നേതൃത്വത്തിൽ ഒരു സംഘം പൊലീസ് കാമ്പസിലേക്ക് ഇരച്ചെത്തി. ആ കമീഷണർക്ക് പിന്നീട് ഇതേ കേസിൽ തീഹാർജയിലിൽ കഴിയേണ്ടിവന്നിരുന്നു. കമീഷണർ വന്ന ഉടനെ അപ്പോഴും കാമ്പസിൽ പിക്കറ്റിങ് നടത്തിക്കൊണ്ടിരിക്കുകയായിരുന്ന ഒരു വിദ്യാർത്ഥിയെ തട്ടിക്കൊണ്ടുപോവുകയായിരുന്നു. ദിവസങ്ങളോളം ഞങ്ങൾ മുറവിളി ഉയർത്തിയതിനുശേഷം മാത്രമേ കാണാതായ വിദ്യാർത്ഥിയെ പൊലീസ് അറസ്റ്റ് ചെയ്തതാണെന്നു പോലും അവർ സമ്മതിച്ചുള്ളൂ. ഡൽഹി പൊലീസ് പകൽ വെളിച്ചത്തിൽ നടത്തിയ പച്ചയായ തട്ടിച്ചുകൊണ്ടുപോകലായിരുന്നത്.

ഇത്തരം ക്രൂരതകൾ അടിയന്തരാവസ്ഥക്കാലത്ത് അരങ്ങേറിക്കൊണ്ടിരുന്നെങ്കിലും ജെ എൻ യു വിനകത്ത് ജനാധിപത്യത്തിനായുള്ള പോരാട്ടം ഞങ്ങൾ വളരെ സജീവമായി നിലനിർത്തി

ജെ എൻ യു വിദ്യാർത്ഥി യൂണിയനിൽ താങ്കൾക്കുള്ള ആ അപൂർവ്വ റെക്കോർഡിനെക്കുറിച്ച് പറഞ്ഞില്ല.

1974 ൽ അടിയന്തിരാവസ്ഥക്കു മുമ്പ് ഏറ്റവും കൂടിയ ഭൂരിപക്ഷത്തിന് ഞാൻ ജെ എൻ യു വിദ്യാർത്ഥി യൂണിയന്റെ കൗൺസിലർ പോസ്റ്റിലേക്ക് തിരഞ്ഞെടുക്കപ്പെടുകയും തുടർന്ന് പാർട്ടി 1975 ജനുവരിയിൽ എനിക്ക് അംഗത്വം നല്കുകയും ചെയ്തു. അന്നൊക്കെ വളരെ കണിശമായിട്ട് പാർട്ടിയിൽ അംഗത്വം നല്കുന്നതിന് മുമ്പ് ഒന്നൊന്നര വർഷം പാർട്ടിയുടെ നിരീക്ഷണത്തിനു വിധേയമാക്കുകയൊക്കെ ചെയ്യാറുണ്ടായിരുന്നു.

അടിയന്തരാവസ്ഥ പിൻവലിച്ച ശേഷമുള്ള ഒരു വർഷത്തിനിടയ്ക്കാണ് മൂന്നുതവണ തിരഞ്ഞെടുപ്പ് നടത്തേണ്ടി വന്നത്. അടിയന്തരാവസ്ഥ പിൻവലിച്ചത് ഏതാണ്ട് മാർച്ചോടു കൂടിയാണ്. ഉടനെതന്നെ വിദ്യാർത്ഥികൾ പറഞ്ഞു രണ്ടുവർഷത്തിനിടയ്ക്ക് ആദ്യമായി പരീക്ഷ വരികയാണ് ഉടനെത്തന്നെ തിരഞ്ഞെടുപ്പ് നടത്തണം എന്ന്. അങ്ങനെ ഏപ്രിൽ മാസത്തിൽ ഒരു ഇലക്ഷൻ നടന്നു. പിന്നെ ഒക്ടോബറിൽ സാധാരണ നടത്താറുള്ള സമയത്ത് വീണ്ടും ഒരിലക്ഷൻ നടന്നു. ആയിടയ്ക്ക് ഒക്ടോബറിൽ കാമ്പസിൽ വലിയ ഒരു പ്രക്ഷോഭം അരങ്ങേറുകയും യൂണിവേഴ്സിറ്റി അടച്ചിടുകയും ചെയ്തു. അടിയന്തരാവസ്ഥയുടെ കുറ്റവാളികളെ ശിക്ഷിക്കണമെന്നാവശ്യപ്പെട്ടുകൊണ്ടുള്ള പ്രക്ഷോഭമായിരുന്നു അത്. യൂണിവേഴ്സിറ്റിയിൽ വൈസ് ചാൻസലർ മുതൽ സെക്യൂരിറ്റി ഓഫീസർ വരെയുള്ള നാലു പേരെ ഞങ്ങൾ കുറ്റക്കാരായി കണ്ടെത്തിയിരുന്നു. രാഷ്ട്രീയാടിസ്ഥാനത്തിൽ വിദ്യാർത്ഥികളോട് വിവേചനം കാണിച്ചതും അവർക്ക് അഡ്മിഷനും സ്കോളർഷിപ്പും നിഷേധിച്ചതും വിദ്യാർത്ഥികളെ അറസ്റ്റ് ചെയ്യാൻ കൂട്ടുനിന്നതും മറ്റുമായിരുന്നു അവർക്കു മേൽ ചുമത്തപ്പെട്ട കുറ്റങ്ങൾ. ഈ നാലു പേരെയും ഉടനെതന്നെ ഒഴിവാക്കണമെന്ന് ഞങ്ങൾ ആവശ്യപ്പെട്ടു. അടിയന്താരവസ്ഥയുടെ കുറ്റവാളികളെ ശിക്ഷിക്കുക എന്ന് ഞങ്ങൾ മുദ്രാവാക്യം മുഴക്കി. സമരത്തെ വൈസ് ചാൻസലർ നേരിട്ടത് യൂണിവേഴ്സിറ്റി അടച്ചുപൂട്ടിക്കൊണ്ടായിരുന്നു. പക്ഷേ, ഞങ്ങൾ യൂണിവേഴ്സിറ്റി തുറന്നു പ്രവർത്തിപ്പിച്ചു. മെസുകൾ പ്രവർത്തിപ്പിക്കുന്നതിനായി കൊണാട്ട് പ്ലേസിലും മറ്റുമായി ഡൽഹി മുഴുവൻ സഞ്ചരിച്ച് ഞങ്ങൾ പണം പിരിച്ചു. 'ജെ എൻ യു പ്രവർത്തിക്കുന്നു. പക്ഷേ, വൈസ് ചാൻസലർ പണിമുടക്കിലാണ്' എന്ന് നാടെങ്ങും ഞങ്ങൾ മുദ്രാവാക്യം മുഴക്കി. അങ്ങനെ ഒരു മാസത്തിലേറെക്കാലം ഞങ്ങൾ യൂണിവേഴ്സിറ്റി തുറന്ന് പ്രവർത്തിപ്പിച്ചു. മെസുകൾ തുറന്നു ലൈബ്രറി തുറന്നു. സീനിയർ വിദ്യാർത്ഥികളും ചില അദ്ധ്യാപകരും ക്ലാസുകളെടുത്തു. ആയിടയ്ക്ക് ഞങ്ങൾ ഒരു ജനറൽ ബോഡി മീറ്റിങ് വിളിച്ചു ചേർത്തു. അതിനു ശേഷം യൂണിയനു പുറത്തുനിന്നും സമരത്തിനു പിന്തുണ തേടിത്തുടങ്ങി. അതിന്റെ ഭാഗമായി ഞാൻ ഡൽഹി യൂണിവേഴ്സിറ്റിയിലെ വിദ്യാർത്ഥി യൂണിയനുമായി ഡുസു (DUSU) അടിയന്തരാവസ്ഥയ്ക്കെതിരായി ഒരു സംയുക്ത പ്രസ്താവനയിൽ ഒപ്പുവച്ചു. എ ബി വി പിയാണ് അന്ന് ഡുസു

ഭരിച്ചിരുന്നത്. ആരു ഭരിച്ചാലും ഡുസു ഒരു യൂണിയനാണെന്നും ഇത് ജെ എൻ യു യൂണിയനുമായി ചേർന്നാൽ ഡൽഹിയിലെ വലിയ ഒരു ശക്തിയായിരിക്കുമെന്നായിരുന്നു ഞങ്ങളുടെ കണക്കുകൂട്ടൽ. പക്ഷേ, എ ബി വി പി ഒരു വലതുപക്ഷ പാർട്ടിയാണെന്നതു കൊണ്ടുതന്നെ ചില വിദ്യാർത്ഥികൾ അതിൽ അതൃപ്തി പ്രകടിപ്പിച്ചു. തുടർന്ന് യൂണിവേഴ്സിറ്റി ജനറൽ ബോഡി യോഗവും അത് തെറ്റായിരുന്നു എന്നുതന്നെ വിലയിരുത്തി. അതിനെത്തുടർന്ന് ഞാൻ യൂണിയനിലെ കൗൺസിലർമാരോടു ചേർന്നു രാജിവച്ചു. ഞാൻ തെറ്റു ചെയ്തെന്ന് കണ്ടെത്തിയാൽ പിന്നെ രാജി വക്കേണ്ടത് എന്റെ കടമയായിരുന്നു. തുടർന്ന് അടുത്ത ഫെബ്രുവരിയിൽ വീണ്ടും തിരഞ്ഞെടുപ്പ് നടത്തേണ്ടി വന്നു. ആ തിരഞ്ഞെടുപ്പിലും യൂണിവേഴ്സിറ്റി വിദ്യാർത്ഥികൾ എന്നെത്തന്നെ പ്രസിഡന്റായി തിരഞ്ഞെടുത്തു.

ആ ഒരു കാലത്ത് ഞങ്ങൾ ജെ എൻ യു വിൽ സുപ്രധാനമായ പല കാര്യങ്ങളും പ്രയോഗത്തിൽ കൊണ്ടുവന്നു. അവയാണ് ജെ എൻ യു ആക്കി മാറ്റിയത്. ജെ എൻ യു വിദ്യാർത്ഥി യൂണിയന് വേണ്ടി ഞങ്ങൾ പുതിയ ഒരു ഭരണഘടനയ്ക്കു തന്നെ രൂപം നല്കി. രാജ്യം മുഴുക്കെ നോക്കിയാലും യൂണിവേഴ്സിറ്റി അധികൃതരെ കൈകടത്താനനുവദിക്കാതെ വിദ്യാർത്ഥിക്ക് തന്നെ വിദ്യാർത്ഥി യൂണിയൻ തിരഞ്ഞെടുപ്പ് നടത്താൻ അധികാരം നല്കുന്ന ഒരേയൊരു യൂണിയൻ ഭരണഘടന ജെ എൻ യു വിലേത് മാത്രമാണ്. ആ ഭരണഘടനയുടെ രണ്ടാമത്തെ പ്രത്യേകത അത് വിദ്യാർത്ഥി യൂണിയനെ യൂണിവേഴ്സിറ്റി അധികൃതരുടെ നിയമചട്ടങ്ങൾക്കുള്ളിലാക്കിയിരുന്നില്ല എന്നതാണ്. അടിയന്തരാവസ്ഥയിൽ നിന്നുൾക്കൊണ്ട ഒരു പാഠമായിരുന്നു അത്. യൂണിയൻ യൂണിവേഴ്സിറ്റിയുടെ വിധിന്യായത്തിന് വിധേയമായിരിക്കുമ്പോൾ അതിനെ അധികൃതർക്ക് നിരോധിക്കാനുള്ള വകുപ്പുമുണ്ടാകുമായിരു

ന്നു. എന്നാൽ പുതിയ ഭരണഘടന ആ പഴുതടച്ചു കളഞ്ഞു. സിലബസും മറ്റ് അക്കാദമിക കാര്യങ്ങളും ചർച്ച ചെയ്യുന്നതിനായി ഒരു വിദ്യാർത്ഥി അദ്ധ്യാപക കമ്മിറ്റിക്കും ഞങ്ങൾ രൂപം നല്കിയിരുന്നു. ഇതിനേക്കാളൊക്കെ ഏറ്റവും പ്രധാനമായിട്ടുണ്ടായിരുന്നത് അഡ്മിഷൻ രംഗത്ത് പുതുനയങ്ങൾ നടപ്പിലാക്കിയതായിരുന്നു. ജെ എൻ യു വിനെ ആദ്യമായി പൂർണാർത്ഥത്തിൽ സാർവ്വത്രികമാക്കിയതും അഖിലേന്ത്യാ സ്വഭാവം കൈവരുത്തുന്നതിലും സംവരണമുൾപ്പെടെയുള്ള കാര്യങ്ങളിൽ അന്ന് നടപ്പിലാക്കിയ പുത്തൻ രീതികളായിരുന്നു. നിലവിലുള്ള പട്ടികജാതി-പട്ടികവർഗ്ഗ സംവരണത്തിനു പുറമെ പ്രവേശനത്തിനാവശ്യമുള്ള പോയിന്റിന്റെ 20 ശതമാനം സാമൂഹികമായി ദുരിതമനുഭവിക്കുന്ന വിദ്യാർത്ഥികൾക്ക് പ്രത്യേകം അനുവദിച്ചു നല്കിയിരുന്നു. ആ 20 ശതമാനത്തെത്തന്നെ വീണ്ടും വിഭജിച്ച് 9 ശതമാനം സാമൂഹികമായി പിന്നാക്കം നില്ക്കുന്നവർക്ക് ബി സി- ഒ ബി സി വിഭാഗത്തിലുള്ളവർക്ക് ആറു ശതമാനം സാമ്പത്തികമായി പിന്നാക്കം നില്ക്കുന്നവർക്ക് ഏഴു ശതമാനം എന്നിങ്ങനെ തിരിച്ചു നല്കിയിരുന്നു. അന്ന് കുടുംബത്തിന്റെ മാസവരുമാനം 500 രൂപയിൽ കുറവുള്ളവരെയാണ് സാമ്പത്തികമായി പിന്നാക്കം നില്ക്കുന്ന ഗണത്തിലുൾപ്പെടുത്തിയിരുന്നത്. അവശേഷിക്കുന്ന അഞ്ചു ശതമാനത്തിൽ രണ്ടു സ്ഥാനം നല്കിയിരുന്നത് ഒന്നാം തലമുറയിലെ പഠിതാക്കൾ (First Time Learners)ക്കായിരുന്നു. അന്ന് അതും വളരെ നൂതനമായിട്ടുള്ള ഒരാശയമായിരുന്നു. പിന്നെ രണ്ടു ശതമാനം വിദ്യാഭ്യാസപരമായി പിന്നാക്കം നില്ക്കുന്ന പ്രദേശങ്ങളിൽനിന്നു വരുന്ന വിദ്യാർത്ഥികൾക്കുള്ളതായിരുന്നു. അഥവാ, സ്വന്തം ഗ്രാമത്തിലോ പരിസരത്തോ സ്കൂളോ കോളേജോ ഇല്ലാത്തവർക്കായിട്ട്, ഇന്നും ഇന്ത്യയിൽ എത്രയോ പ്രദേശങ്ങളുണ്ടങ്ങനെയുള്ളതായിട്ട്. സ്കൂളിൽ പോകാൻ വേണ്ടി കിലോമീറ്ററുകളോളം നടക്കേണ്ടി വരുന്നവർ. അല്ലെങ്കിൽ കോളേജുകളിലേക്ക് മൈലുകളോളം സൈക്കിൾ താണ്ടിപ്പോകുന്നവർ. ഈ നയങ്ങളെല്ലാം ഇന്ന് വളരെ ചരിത്രപ്രാധാന്യമർഹിക്കുന്നവയാണ്. കാരണം സാമൂഹിക സമത്വത്തെക്കുറിച്ചും തുല്യാവസരത്തെക്കുറിച്ചുമുള്ള ചർച്ചകളിൽ അന്നാദ്യമായി ഞങ്ങൾ നടപ്പിലാക്കിയ ഈ നയങ്ങളുടെ ചുവടുപിടിച്ചുള്ള നടപടിക്രമങ്ങളാണ് ഇപ്പോഴും ചർച്ച ചെയ്യപ്പെടുന്നത്.

കുറച്ചുകൂടി വലിയ ഒരു കാൻവാസിൽ നോക്കുമ്പോൾ യുവാക്കളുമായി സംവദിക്കുന്നതിൽ കമ്യൂണിസ്റ്റ് പാർട്ടികൾ പരാജയപ്പെടുന്നുവെന്നല്ലേ മനസ്സിലാക്കുന്നത്? താങ്കൾ ലണ്ടൻ പിടിച്ചെടുക്കൽ സമരത്തിൽ അവിടത്തെ യുവാക്കളോടൊപ്പം നേരിട്ട് പങ്കെടുത്തതാണ്. തത്വചിന്തകൻ, സിസെക്ക് യൂറോപ്പിലും മറ്റും നടക്കുന്ന ഇത്തരം സമരങ്ങളെ ശമ്പളം പറ്റുന്ന ബൂർഷ്വാസികളുടെ വിപ്ലവ (Revolt of the Salaried Bourgeris) മെന്നാണ് വിളിച്ചത്. അത്തരം യുവാക്കളുടെ ഇച്ഛാഭംഗവും ആശങ്കയു

മാണ് ഈ സമരങ്ങളിൽ കലാശിച്ചതെന്നാണ് അദ്ദേഹം വിലയിരുത്തുന്നത്. നവ-ഉദാരീകരണത്തോടൊപ്പം ഇന്ത്യയിലും വലിയ ഒരു വിഭാഗം വളർന്നുവരുന്ന മിഡിൽ ക്ലാസ് ജനതയില്ലേ? പ്രത്യേകിച്ച് വിവരസാങ്കേതിക മേഖലകളിലും മറ്റും തൊഴിലെടുക്കുന്നവർ? അവരുമായൊന്നും പാർട്ടിക്ക് സംവദിക്കാനാവുന്നില്ലേ.

അതൊരു വെല്ലുവിളിയാണ്. അതാണ് ഞാൻ നേരത്തെ പറഞ്ഞതും. സമൂഹത്തിൽ മാറ്റങ്ങൾ സംഭവിക്കുന്നുണ്ട്. പക്ഷേ, അതിനർത്ഥം യുവാക്കൾ കമ്യൂണിസ്റ്റ് പാർട്ടികളെ കൈയൊഴിയുന്നു എന്നല്ല. എസ് എഫ് ഐയുടെയും ഡി വൈ എഫ് ഐ യുടെയും ഉദാഹരണം തന്നെ നോക്കുക. അവ ഇന്നും പ്രബലശക്തികളായി തുടരുന്നില്ലേ? ഈ സാഹചര്യത്തിലും അവർ വളരുകയാണ്. ബംഗാളിലെ തിരഞ്ഞെടുപ്പ് പരാജയത്തിനു ശേഷവും കഴിഞ്ഞ നാലഞ്ച് മാസങ്ങൾക്കുള്ളിൽ തന്നെ 63 പ്രബല കോളേജുകളിൽ യൂണിയൻ ഇലക്ഷൻ നടന്നപ്പോൾ 53 ലും എസ് എഫ് ഐയാണ് ജയിച്ചത്. അതിലൊന്ന് ബി ജെ പി ഭരിച്ചുകൊണ്ടിരിക്കുന്ന സംസ്ഥാനത്തായിരുന്നു. ഹിമാചൽ യൂണിവേഴ്സിറ്റി വിദ്യാർത്ഥി യൂണിയൻ. അപ്പോൾ എസ് എഫ് ഐ വിദ്യാർത്ഥികളെ ആകർഷിക്കുന്നില്ലെന്ന് പറയാനാവില്ല. പക്ഷേ, എന്റെ തലമുറയിലുണ്ടായിരുന്നതിനേക്കാൾ ശക്തമായ വെല്ലുവിളികളാണ് ഇന്നുള്ളത്. പക്ഷേ, ഉദാരവല്ക്കരണത്തിനിടയിലും സാങ്കേതികമായ വളർച്ച പുതിയ ചില മാർഗ്ഗങ്ങൾ തുറന്നിട്ടിരിക്കുന്നു. ഞാനിപ്പോഴുമോർക്കുന്നു. തൊള്ളായിരത്തി എഴുപത്തൊമ്പതിൽ എസ് എഫ് ഐ യുടെ അഖിലേന്ത്യാ സമ്മേളനം പട്നയിൽ വച്ചു നടക്കുമ്പോൾ അവിടെ വന്ന ആയിരത്തോളം പ്രതിനിധികളിൽ വെറും രണ്ടുപേരുടെയടുത്തു മാത്രമേ ക്യാമറയുണ്ടായിരുന്നുള്ളൂ. ബാക്കിയുള്ളവരെല്ലാം എന്നിട്ട് അവരുടെ പിറകെ ഓടുകയായിരുന്നു. അവരവർ പ്രസംഗിക്കുമ്പോഴുള്ള ഫോട്ടോകളെടുക്കുന്നതിനു വേണ്ടി. ഇന്നിപ്പോൾ എല്ലാവരുടെയടുത്തും ക്യാമറകളുള്ള മൊബൈൽ ഫോണുകളായില്ലേ? അപ്പോഴുള്ള വ്യത്യാസങ്ങൾ നോക്കൂ. വളരെ ഉയർന്ന പ്രതീക്ഷ (Aspiration) യാണ് ഇന്നത്തെ യുവത വച്ച് പുലർത്തുന്നത്. ഈ പ്രതീക്ഷകളെ നിങ്ങളെങ്ങനെ നിറവേറ്റും? അവ നിറവേറ്റപ്പെടാതെ വരുമ്പോഴുണ്ടാകുന്ന നിരാശയെ നിങ്ങൾ എങ്ങനെ വഴിതിരിച്ചുവിടും? ഉദാരീകരണം മറ്റർത്ഥത്തിലും യുവതയെ ബാധിച്ചിട്ടുണ്ട്. ഇന്നവർക്ക് സംഘടിപ്പിക്കാനുള്ള ഇടങ്ങളില്ല. സ്വകാര്യ കോളേജുകളും സ്ഥാപനങ്ങളും രാഷ്ട്രീയം അനുവദിക്കുന്നില്ലെന്നതുതന്നെ അതിനുള്ള കാരണം. പ്രത്യേകിച്ച് നിങ്ങളുടെ ഐ ടി മേഖലയിലൊന്നും യുവാക്കളെ സംഘടിപ്പിക്കാനുള്ള ഒരവസരംതന്നെയില്ല. ഇതൊക്കെ ഘടനാപരമായ മാറ്റങ്ങളാണ്. അവിടെ നമ്മൾ യുവാക്കളിലെത്താൻ പുത്തൻ മാർഗ്ഗങ്ങൾ കണ്ടെത്തേണ്ടിയിരിക്കുന്നു. ഇപ്പോൾ നമുക്ക് സ്വതന്ത്ര സോഫ്റ്റ്വെയർ മൂവ്മെന്റ് പോലെയുള്ള വേദികളുണ്ട്. വളരെ പെട്ടെന്നുതന്നെ യുവാക്കളെ സംഘടിപ്പിക്കാനാവാതിരുന്ന കോളേജുകളിലും

സ്ഥാപനങ്ങളിലും അവരിലേക്കെത്തിച്ചേരാനുള്ളൂ ഒരു വേദിയായി അതു മാറിയിട്ടുണ്ട്. അവരുടെ തൊഴിലിനിടയിൽ തന്നെ അവർക്ക് ഈയൊരു വേദിയിൽ സംഘടിക്കാനാകുന്നു. ഇതുപോലെ നാം ഇനിയും സ്വയം നവീകരിക്കേണ്ടിയിരിക്കുന്നു, നൂതനമായ മാർഗ്ഗങ്ങൾ കണ്ടെത്തേണ്ടി യുമിരിക്കുന്നു.

സിസെക്ക്, ഒരുപക്ഷേ, യൂറോപ്പിലെ സമരങ്ങളെ അങ്ങനെ വിളി ച്ചിട്ടുണ്ടാകാം. പക്ഷേ, അമേരിക്കയിൽ ഞാൻ കണ്ടിട്ടുള്ളത്, സമരം ചെയ്യുന്നത് ഏറ്റവും താഴേക്കിടയിലുള്ള തൊഴിലാളി വർഗ്ഗമാണ്. അവ രാണ് ഇപ്പോഴത്തെ ഈ പ്രതിസന്ധികൊണ്ട് ഏറ്റവും കൂടുതൽ ദുരിത മനുഭവിക്കുന്നത്. ഏതു സ്ഥലത്ത് ഏത് വിഭാഗം ആളുകളാണ് പ്രക്ഷോഭം നടത്തുന്നതെന്നതിനെ ആശ്രയിച്ചിരിക്കുമത്. പക്ഷേ, ഇതൊരു സാർവ്വത്രിക പ്രക്ഷോഭമായി മാറിയിട്ടുണ്ടെന്നുള്ളതാണ് യാഥാർത്ഥ്യം. വാൾസ്ട്രീറ്റ് പിടിച്ചെടുക്കൽ ഇത്ര പെട്ടെന്ന് ലോകത്തിന്റെ പല കോണുകളിലായി 1500 നഗരങ്ങളിലേക്ക് വ്യാപിക്കുമെന്ന് ആരെ ങ്കിലും കരുതിയിരുന്നോ? അങ്ങനെയാണ് നിങ്ങൾ പുതിയ സമരങ്ങൾ കണ്ടെത്തുന്നത്. സമരത്തിന് പുതിയ രീതിയും രൂപവും കണ്ടെത്തുന്ന ത്. അതു ചിലപ്പോൾ പരമ്പരാഗതമായ രാജിന്റെ സമയത്തുണ്ടായിരു ന്നതുപോലുള്ള ധർണ്ണയോ പണിമുടക്കോ ആയിക്കൊള്ളണമെന്നില്ല. ഇപ്പോൾ നമുക്ക് സൈബർ സോളിഡാരിറ്റി ലഭിച്ചുകൊണ്ടിരിക്കുന്നില്ലേ? സൈബർ സ്പെയ്സിൽ വലിയ കൂട്ടായ്മകൾ സംഘടിപ്പിക്കപ്പെടുന്നില്ലേ? കോളേജുകളിൽ കാമ്പെയ്നിങ്ങിന് പാംലെറ്റുകൾ വിതരണം ചെയ്യുന്ന തിനുപകരമായി ഇന്ന് അത്തരം സംഗതികൾ ഓൺലൈനിലൂടെ ചെയ്തു കൊണ്ടിരിക്കുന്നു. സാഹചര്യങ്ങൾ മാറുമ്പോൾ സമരമുറകളും മാറു ന്നുണ്ട്. അതിനൊരിക്കലും ഒരു അവസാനമുണ്ടാവില്ല. പാശ്ചാത്യ രാജ്യ ങ്ങളിലെപ്പോലെ സാങ്കേതികത ഇന്ത്യയെ ഒന്നാകെ മൂടിയിട്ടില്ലെന്നതു കൊണ്ടു തന്നെ ഈയൊരവസരത്തിൽ പക്ഷേ പരമ്പരാഗതവും നൂത നവുമായ സമരമുറകൾ ഒരുപോലെ കൈകോർത്തു മുന്നോട്ടുപോകും.

ജനങ്ങളിലേക്ക്, പ്രത്യേകിച്ച് യുവജനങ്ങളിലേക്ക് എത്തിച്ചേരാനുള്ള പുതിയ മാർഗ്ഗങ്ങളെക്കുറിച്ചാണ് താങ്കൾ സംസാരിച്ചത്. സൈബർ സ്പെയ്സിനെക്കുറിച്ചും ഫ്രീ സോഫ്റ്റ് വെയർ മൂവ്മെന്റിനെക്കുറിച്ചും സൂചിപ്പിച്ചു. പക്ഷേ, പുതിയ മാർഗ്ഗങ്ങൾ എന്നതിലപ്പുറം ജനങ്ങളി ലേക്കെത്തിച്ചേരാൻ പുതിയ ചില സമീപനങ്ങൾ കൂടി പാർട്ടിക്ക് ആവ ശ്യമായുണ്ടെന്ന് താങ്കൾ കരുതുന്നില്ലേ? സി പി ഐ (എം) ജനറൽ സെക്രട്ടറി പ്രകാശ് കാരാട്ട് മാതൃഭൂമി ആഴ്ചപ്പതിപ്പിനനുവദിച്ച അഭിമു ഖത്തിൽ ലിംഗപരം, പാരിസ്ഥിതികം എന്നിങ്ങനെയുള്ള പ്രശ്നങ്ങളെല്ലാം മാർക്സിസത്തിന്റെ പ്രത്യയശാസ്ത്രപരമായ സമീപനത്തിൽ ഉൾക്കൊ ള്ളിക്കേണ്ടതുണ്ടെന്നു വ്യക്തമാക്കിയിരുന്നു.

ഈ പറഞ്ഞതെല്ലാം സ്വാഭാവികമായും നമ്മൾ അഭിമുഖീകരിക്കേ

ണ്ടിവരുന്ന പ്രശ്നങ്ങളാണ്. Marxism is the concrete analysis of concrete conditions എന്നാണ് ലെനിൻ പറഞ്ഞിരിക്കുന്നത് മൂർത്തമായ അവസ്ഥകളുടെ സമൂർത്തമായ വിശകലനമാണത്. വ്യവസ്ഥിതിയിൽ മാറ്റങ്ങൾ സംഭവിച്ചുകൊണ്ടിരിക്കുമ്പോൾ അതിനോടു ചുവടു ചേർന്നുള്ള നിരീക്ഷണംകൊണ്ടേ മാർക്സിസ്റ്റ് വിശകലനം സാദ്ധ്യമാവുകയുള്ളൂ. മാറുന്ന വ്യവസ്ഥിതിക്കനുസരിച്ച് തന്റെ വിശകലനത്തിൽ ചലനാത്മകത കൈവരുത്താത്ത ഒരു മാർക്സിസ്റ്റ് യഥാർത്ഥ മാർക്സിസ്റ്റല്ല എന്നാണ് എന്റെ അഭിപ്രായം. ഉദാഹരണത്തിന് ആഗോളതാപനത്തിന്റെ കാര്യമെടുത്തു നോക്കൂ. പത്തു വർഷം മുമ്പുവരെ അത് ഇന്നത്തെപ്പോലെ ഒരു വലിയ പ്രശ്നമായി ഉയർന്നു വന്നിരുന്നില്ല. എന്നാൽ, ഇന്ന് ശരിയായ വിധം അഭിമുഖീകരിച്ചില്ലെങ്കിൽ ഈ ഒരു പ്രശ്നം മനുഷ്യകുലത്തിന്റെ മാത്രമല്ല, ഈ ഭൂഗോളത്തിന്റെ തന്നെ ഭാവി അപകടത്തിലാക്കുന്നതായിരിക്കും എന്ന നിലയിലെത്തിയല്ലേ? അപ്പോൾ ഈ വിഷയത്തിൽ ഒരു മാർക്സിസ്റ്റ് സമീപനം അനിവാര്യമായിത്തീരുന്നു. അതുപോലെതന്നെ ലിംഗപരമായ പ്രശ്നങ്ങളും വളരെ പ്രാധാന്യമർഹിക്കുന്നു. പാരിസ്ഥിതികമായ യാതൊരു പരിഗണനയുമില്ലാത്ത മുതലാളിത്ത

വികസനപാതയെ തന്നെ ചെറുത്തു തോല്പിക്കേണ്ടതുണ്ട്. മനുഷ്യ നാഗരികതയിലെ പുതിയ വികാസങ്ങളെ അവ സംഭവിച്ചു കൊണ്ടിരിക്കുന്ന അതേ അവസരത്തിൽതന്നെ ഒരു യഥാർത്ഥ മാർക്സിസ്റ്റ്, തന്റെ മാർക്സിസ്റ്റ് കാഴ്ചപ്പാടിലേക്ക് ഉൾക്കൊള്ളിക്കേണ്ടതാണ്. മാർക്സിസത്തിന്റെ നിർവ്വചനം തന്നെ അതാണ്. Marxisam is not a set of dogmas. It is a creative science. മാർക്സിസം എന്നാൽ ഒരു കൂട്ടം കടും പിടിത്തങ്ങളല്ല. അത് ക്രിയാത്മകമായ ഒരു ശാസ്ത്രമാണ്. പുതിയ സംഭവവികാസങ്ങൾക്കനുസരിച്ച് ക്രിയാത്മകമായി പ്രതികരിക്കുന്ന ഒരു ശാസ്ത്രം. ഒരു മാർക്സിസ്റ്റ് പുതിയ വികാസങ്ങളെ തന്റെ വിശാലമായ മാർക്സിസ്റ്റ് വീക്ഷണത്തിലേക്ക് സംയോജിപ്പിക്കുന്നു. അതൊരു ശാശ്വതമായ പ്രക്രിയയാണ്. ഇന്നത്തെ സാങ്കേതിക വിപ്ലവം തന്നെ നോക്കൂ. ഒരു പത്തുവർഷം മുമ്പ് ഇത്രയും യുവാക്കളുടെ കൈവശം മൊബൈൽ ഫോൺ വന്നെത്തിപ്പെടുമെന്ന് ആർക്കെങ്കിലും ഊഹിക്കാൻ സാധിക്കുമായിരുന്നോ? അത്തരം സ്ഥിതിഗതികളെല്ലാം തന്നെ നിങ്ങളുടെ മൂർത്തമായ അവസ്ഥയുടെ സമൂർത്തമായ വിശകലനത്തിന്റെ ഭാഗമായിത്തീരും.

ഇരുപതാം പാർട്ടി കോൺഗ്രസിനു മുന്നോടിയായി താങ്കളുടെ നേതൃത്വത്തിൽ പാർട്ടി രൂപം നല്കിയിട്ടുള്ള പ്രത്യയശാസ്ത്രരേഖ ഇത്തരമൊരു വിശലനത്തിന്റെ ഭാഗമായിരുന്നോ.

തീർച്ചയായും. മൂർത്തമായ അവസ്ഥയുടെ സമൂർത്തമായ വിശകലനമാണത്. ലോകം മാറ്റത്തിന് വിധേയമായിക്കൊണ്ടിരിക്കുകയാണ്. ഇരുപതു വർഷം മുമ്പ് സോവിയറ്റ് യൂണിയൻ തകർന്നില്ലേ? ഈ ഇരുപതു വർഷത്തിനുള്ളിൽ വ്യത്യസ്തമായ ഒരു ലോകക്രമമല്ലേ ഉരുത്തിരിഞ്ഞു വന്നത്? ശീതയുദ്ധത്തിനു ശേഷം അതുവരെയുണ്ടായിരുന്ന ഇരുധ്രുവ വ്യവസ്ഥിതിയിൽ നിന്ന് ലോകം സ്വാഭാവികമായും ബഹുധ്രുവ വ്യവസ്ഥയിലേക്ക് പരിണമിക്കുകയുമായിരുന്നു എന്നാണ് ഞങ്ങൾ അനുമാനിച്ചിരുന്നത്. ഞങ്ങൾ മാത്രമല്ല. പല മാർക്സിസ്റ്റ്-ഇതര സൈദ്ധാന്തികരും അങ്ങനെതന്നെയാണ് കരുതിയിരുന്നത്. പക്ഷേ, പകരം അമേരിക്കയും അമേരിക്കൻ സാമ്രാജ്യത്വവും ചേർന്ന് ലോകത്തെ ഏകധ്രുവ കേന്ദ്രിതമാക്കാൻ വേണ്ടി നടത്തുന്ന കൊണ്ടുപിടിച്ച ശ്രമങ്ങളല്ലെ ഇന്ന് നമുക്കു മുമ്പിലുള്ളത്? തങ്ങളുടെ ആധിപത്യം ലോകത്തിന്റെ ഓരോ കോണിലും സ്ഥാപിച്ചെടുക്കാൻ വേണ്ടി അമേരിക്ക അങ്ങേയറ്റം അക്രമണോത്സുകമാകുന്ന കാഴ്ചയല്ലേ നമ്മളിന്ന് കാണുന്നത്? സകല സാമ്പത്തിക സ്രോതസ്സിലും പ്രത്യേകിച്ച് എണ്ണപോലുള്ള പ്രകൃതിവിഭവങ്ങളിൽ തങ്ങളുടെ മേല്ക്കോയ്മ സ്ഥാപിച്ചെടുത്തു കൊണ്ടിരിക്കുകയല്ലേ അവർ? അതിനു വേണ്ടിയല്ലേ പശ്ചിമേഷ്യയിൽ മുഴുവൻ അവർ അധിനിവേശം നടത്തിക്കൊണ്ടിരിക്കുന്നത്? ഇക്കഴിഞ്ഞ ഇരുപതു വർഷത്തിനുള്ളിൽത്തന്നെ, ഇപ്പറഞ്ഞ വികാസങ്ങളോട് ഒരേസമയം ബന്ധപ്പെട്ടും എന്നാൽ സ്വതന്ത്രമായും നിലനില്ക്കുന്ന മറ്റൊരു പ്രതിഭാസത്തിനുകൂടി

നമ്മൾ സാക്ഷ്യം വഹിച്ചില്ലേ? ആഗോളവല്ക്കരണം മുതലാളിത്തത്തിന്റെ തന്നെ ആന്തരിക വ്യതിരിക്തതകളിൽ (Internal dynamics) നിന്നാണ് ആഗോളവല്ക്കരണം ജന്മം കൊള്ളുന്നത്. അതൊരു ഗൂഢാലോചനയായിരുന്നില്ല. എന്താണ് മുതലാളിത്തത്തിന്റെ ആന്തരിക വ്യതിരിക്തത? അതായത്, മുതലാളിത്തം വികസിക്കുന്നതിനനുസരിച്ച് ഒരു വലിയ അളവ് മൂലധനം സംഭരിക്കപ്പെടുന്നുണ്ട്. ഈ സംഭരിക്കപ്പെട്ട മൂലധനത്തിന് ലാഭം കൊയ്തെടുക്കേണ്ടതുണ്ട്. മാർക്സ് തന്നെ ഒരിക്കൽ പ്രസ്താവിച്ചതു പോലെ, മുതലാളിത്ത വ്യവസ്ഥിതിയിൽ എനിക്കോ നിങ്ങൾക്കോ തൊഴിൽ രഹിതനായി നിലനില്ക്കാൻ സാധിച്ചേക്കാം. പക്ഷേ, മൂലധനത്തിന് അതൊരിക്കലും സാദ്ധ്യമാവില്ല. അവിടെ നിലവിലുള്ള മാർഗ്ഗങ്ങൾ ലാഭം കൊയ്യാൻ പര്യാപ്തമല്ലെങ്കിൽ പുതിയ മാർഗ്ഗങ്ങൾ സൃഷ്ടിക്കപ്പെടേണ്ടി വരും. അത്തരം പുതിയ മാർഗ്ഗങ്ങൾ സൃഷ്ടിക്കലാണ് ആഗോളവല്ക്കരണത്തിന്റെ ഒരു പ്രധാന ധർമ്മം. ഈ പറയുന്ന പെട്ടെന്ന് വലിയ ഒരു കുമിളയായി അവസ്ഥാന്തരപ്പെട്ട അന്താരാഷ്ട്ര സാമ്പത്തിക മൂലധനത്തിന്റെ (International Finance Capital) കാര്യം തന്നെ എടുത്തു നോക്കുക. അതിനും ലാഭം വർദ്ധിപ്പിക്കുന്നതിനായി പുതിയ മാർഗ്ഗങ്ങൾ ആവശ്യമായിരുന്നു. അതുകൊണ്ടവർ എന്താണ് ചെയ്തത്? ആദ്യം അവർ പറഞ്ഞു. വില കൊടുത്തു വാങ്ങാൻ മാത്രമുള്ള പണം ജനങ്ങളുടെയടുത്തില്ലെന്ന്. അതിനു കാരണം ആഗോളവല്ക്കരണം കൊണ്ട് അർത്ഥമാക്കിയിരുന്നതുതന്നെ ഉയർന്ന ലാഭവും കുറഞ്ഞ കൂലിയുമാണെന്നതാണ്. അതിനർത്ഥം ലോകത്ത് വലിയ ഒരു വിഭാഗം ജനതയ്ക്കും തുച്ഛമായ ഉപഭോക്തൃ ശേഷി (purchasing power) മാത്രമേ ഉള്ളൂവെന്നാണ്. ജനങ്ങളുടെ ഉപഭോക്തൃ ശേഷി കുറയുമ്പോൾ മുതലാളിത്തം പ്രതിസന്ധിയിലകപ്പെടുന്നു. കാരണം ഉത്പാദിപ്പിച്ചതൊക്കെയും അതിന് വിപണനം ചെയ്യേണ്ടതുണ്ടല്ലോ? അല്ലെങ്കിൽ നിങ്ങളെങ്ങനെ ലാഭമുണ്ടാക്കും? പക്ഷേ, ജനങ്ങളുടെ കൈവശം പണമില്ലെങ്കിൽ പിന്നെ നിങ്ങളുടെ ഉല്പന്നങ്ങൾ നിങ്ങളെങ്ങനെ വിറ്റഴിക്കും? ആ അവസരത്തിൽ മുതലാളിത്തം പുതിയ ഒരു തന്ത്രവുമായി കടന്നു വരുന്നു. ഓ കെ. ജനങ്ങൾക്ക് ചുരുങ്ങിയ ചെലവിൽ വായ്പകൾ നല്കാം. അവിടെ വരുന്നു നിങ്ങളുടെ സാമ്പത്തിക മാന്ദ്യം. Sub prime crisis. നിങ്ങൾ ജനങ്ങൾക്ക് വായ്പ നല്കുന്നു. ജനങ്ങൾ ആ വായ്പയുടെ അടിസ്ഥാനത്തിൽ ചരക്കുകൾ വാങ്ങുന്നു. അങ്ങനെ മൂലധനം ലാഭം നേടിയെടുക്കുന്നു. പക്ഷേ, ജനങ്ങൾ നിങ്ങളുടെ വായ്പ തിരിച്ചടയ്ക്കേണ്ട സമയം വരുമ്പോൾ മൂലധനം തകരുന്നു. കാരണം തിരിച്ചടക്കാൻ ജനങ്ങളുടെയടുത്ത് പണമില്ലല്ലോ. രണ്ടാമതായി നിങ്ങൾ പുതിയ ഒരു ചരക്ക് സൃഷ്ടിച്ചിരിക്കുന്നു. സാമ്പത്തിക ചരക്ക് (Financial Commodity). നിങ്ങളുടെ വ്യുല്പന്നങ്ങൾ (Derivatives). നിങ്ങളുടെ വായ്പാ വസൂലുകൾ (Credit soaks) അടിസ്ഥാനപരമായി പറഞ്ഞാൽ ഊഹക്കച്ചവടം (Speculation). ഊഹക്കച്ചവടം ഊഹങ്ങളുടെ കുമിളകളാണ്

സൃഷ്ടിക്കുന്നത്. ഗാർഹിക കുമിളകൾ (Housing Bubbles). ചിലപ്പോൾ വിവരസാങ്കേതിക കുമിളകൾ (*IT Bubbles*). പിന്നെ അവയുടെ ഓഹരി കുതിച്ചുയരുന്നു. പക്ഷേ, കുമിളകൾ എപ്പോഴും പൊട്ടാൻ വേണ്ടി മാത്രം രൂപം കൊണ്ടതാണെന്നോർക്കണം. ഓരോ കുമിളയും പൊട്ടിത്തെറിക്കുമ്പോൾ പുതിയ പ്രതിസന്ധികൾ സംജാതമാകുന്നു. പുതിയ പ്രതിസന്ധികൾ ഉടലെടുക്കുമ്പോൾ അവയെ അവർ എങ്ങനെ തരണം ചെയ്യും? അങ്ങനെയൊരു സാമ്പത്തിക മാന്ദ്യം (melt down) സംഭവിക്കുമ്പോൾ അതിനെ മറികടക്കാൻ അവർ അതിന് കാരണക്കാരായ കുത്തക കമ്പനികളെതന്നെ സാമ്പത്തികമായി മോചിപ്പിക്കുന്നതിനുള്ള (Ball out) നടപടികളാണ് കൈക്കൊള്ളുന്നത്. അമേരിക്കയിൽ മാത്രം 12 ട്രില്യൺ ഡോളറാണ് കോർപ്പറേറ്റുകളെ സാമ്പത്തികമായി കരകയറ്റാൻ വേണ്ടിയുള്ള bail out package നായി സർക്കാർ ചെലവഴിച്ചത്. ആ രാജ്യത്തെ വാർഷിക ജി ഡി പി 14 ട്രില്യണാണെന്നു കൂടി അറിയുമ്പോൾ മനസ്സിലാക്കുന്നത് ഫലത്തിൽ ആ രാജ്യത്തെ വാർഷിക ജി ഡി പി തന്നെ കോർപ്പറേറ്റുകളെ ഋണബാദ്ധ്യതയിൽ നിന്ന് കരകയറ്റാനായി സർക്കാർ ദാനം നല്കി എന്നല്ലേ? മറ്റു മുതലാളിത്തരാജ്യങ്ങളും അതേ പാതതന്നെയാണ് പിന്തുടർന്നത്. അപ്പോൾ മൊത്തത്തിൽ എന്തു സംഭവിച്ചു? കുത്തകകളുടെ കടബാദ്ധ്യത രാഷ്ട്രങ്ങളുടെയും ജനങ്ങളുടെതന്നെയും കടബാദ്ധ്യതയായി മാറി. കാരണം കുത്തകകളെ രക്ഷിക്കുന്നതിനായി സർക്കാർ വായ്പയെടുക്കുന്നു. ആ വായ്പകൾ വീട്ടാനായി സർക്കാരുകൾ ജനങ്ങളുടെ മേൽ കഠിനമായി സാമ്പത്തിക മാനദണ്ഡങ്ങൾ (austerity measuries) അടിച്ചേല്പിക്കുന്നു. അതാണ് ഇന്ന് യൂറോപ്പിലാകമാനം യഥാർത്ഥത്തിൽ സംഭവിച്ചു കൊണ്ടിരിക്കുന്നത്. രാജ്യങ്ങൾ ഒന്നിന് പിറകെ ഒന്നായി നിർദ്ധനരായിക്കൊണ്ടിരിക്കുകയാണ്. ഗ്രീസ് പ്രതിസ

ന്ധിയിലകപ്പെട്ടില്ലേ? ഇറ്റലിയിലും സ്പെയിനിലും പോർച്ചുഗലിലും മാന്ദ്യം ആസന്നമായില്ലേ? രക്ഷപ്പെടാൻ അവർ ആകെ ഒരു വഴിയേ കാണുക യുള്ളൂ. പൊതുജനങ്ങളുടെ തലയിൽ കൂടുതൽ ഭാരം കെട്ടി വക്കുക. അവരുടെ കൂലി വെട്ടിക്കുറയ്ക്കുക. പെൻഷൻ തുക കുറയ്ക്കുക. അവ രുടെ സാമൂഹിക ക്ഷേമത്തിനു വേണ്ടിയുള്ള ധനവ്യയം ഗണ്യമായി ചുരു ക്കുക. അതുമാത്രമേ അവിടത്തെ സർക്കാരുകൾ പണം സ്വരൂപിച്ച് കുത്ത കകളെ രക്ഷിക്കാൻ വേണ്ടിയെടുത്ത കടം വീട്ടാനുള്ള ഒരു പോംവഴി യായി കാണുന്നുള്ളൂ. അപ്പോൾ അത്തരം പുതിയ സാഹചര്യങ്ങൾ വന്നു പെടുമ്പോൾ നമ്മൾ എന്തു ചെയ്യും? അല്ലെങ്കിൽ എന്തു ചെയ്യണം? അത്തരമൊരു സാഹചര്യത്തിൽ ഒരു കമ്യൂണിസ്റ്റ് പാർട്ടിക്ക് ഞാൻ നേരത്തെ പറഞ്ഞതുപോലെ, ഈ പുതിയ സാഹചര്യങ്ങളിൽ മൂർത്ത മായ അവസ്ഥയുടെ സമൂർത്തമായ വിശകലന പ്രക്രിയയിലൂടെ കട ന്നുപോകേണ്ടി വരും. അതിന് ആദ്യമായി വേണ്ടത് ഇത്തരം കാര്യങ്ങ ളിൽ പ്രത്യയശാസ്ത്രപരമായ വ്യക്തത കൈവരിക്കുക എന്നതാണ്. എങ്ങനെയാണ് അത്തരം സാഹചര്യങ്ങൾ ആവിർഭവിക്കുന്നത്? സാമ്രാ ജ്യത്വം കഴിഞ്ഞ ഇരുപതു വർഷത്തിനുള്ളിൽ ഏതൊക്കെ തരത്തിലാണ് അതിന്റെ സാന്നിദ്ധ്യം അടിച്ചേല്പിക്കുന്നത്? സൈനികമായ അതിക്രമ ങ്ങൾ അതിന്റെ ഒരുവശം മാത്രമേ ആകുന്നുള്ളൂ. സാമ്പത്തിക ചൂഷ ണവും ഗാട്ട്, ലോകവ്യാപാര സംഘടന എന്നിവയിലൂടെ അത് മൂന്നാം രാജ്യങ്ങളുടെ മേൽ ചുമത്തുന്ന സമ്മർദ്ദങ്ങളും ആഗോളതാപനവുമെല്ലാം അതിന്റെ മറ്റു വശങ്ങളാണ്. അവയെല്ലാം മനസ്സിലാക്കി പ്രതിരോധം സൃഷ്ടിച്ചില്ലെങ്കിൽ നിങ്ങളുടെ രാജ്യത്തുപോലും നിങ്ങൾക്ക് പുരോഗമി ക്കാനാവില്ല. രാജ്യം ഈ പുതിയ വെല്ലുവിളികളെ എങ്ങനെ നേരിടും? കോൺഗ്രസും ബി ജെ പിയും നവ ഉദാരീകരണത്തെ ഒരുപോലെ കൈനീട്ടി സ്വീകരിക്കുന്നു. അത് ഇവിടെ അസമത്വം വർദ്ധിപ്പിക്കുന്നു. വളരുന്ന ഇന്ത്യ തളരുന്ന ഇന്ത്യ (Shining India-Suffering India), ബി പി എൽ ഇന്ത്യ ഐ പി എൽ ഇന്ത്യ എന്നിങ്ങനെ എന്തൊക്കെ പേരിട്ടു വിളിച്ചാലും രണ്ടുതരം ഇന്ത്യയാണ് ഇന്നിവിടെ നിലനില്ക്കുന്നതെന്ന കാര്യത്തിൽ തർക്കമില്ല. ഇത്തരം വസ്തുതകളെ അതിജീവിക്കുന്നതിൽ മറ്റർത്ഥത്തിലുള്ള വിഘടനങ്ങളും വന്നുചേർന്നിരിക്കുന്നു. ജാതീയതയും പ്രാദേശികതാ വാദവും സ്വത്വരാഷ്ട്രീയവുമെല്ലാം വർഗ്ഗസമരത്തിൽ നിന്ന് ജനങ്ങളെ വ്യതിചലിപ്പിക്കുന്നു. ഇത്തരം ഒരു നിര സംഗതികളാണ് പ്രത്യ യശാസ്ത്ര കരടുരേഖയിൽ വിവക്ഷിച്ചിട്ടുള്ളത്.

പക്ഷേ, ഈ കാര്യങ്ങളുടെയെല്ലാം പുറത്ത് ജനങ്ങളെ സംഘടിപ്പിക്കു ന്നതിലും സമരസജ്ജമാക്കുന്നതിലും സി പി ഐ (എം) യഥാർത്ഥത്തിൽ പരാജയപ്പെടുകയല്ലേ? ഇപ്പോഴത്തെ ഈ കരട് പ്രത്യയശാസ്ത്രരേഖയെ നന്ദിഗ്രാമിലും സിംഗൂരിലും പാർട്ടിക്കു പറ്റിയ പിഴവുകളുടെയും ബംഗാ ളിലെ തിരഞ്ഞെടുപ്പ് പരാജയത്തിന്റെയും പ്രതിഫലനമായും കാണാ

വുന്നതല്ലേ? കാരണം, ഈ കരടുരേഖ ഒരുതരത്തിലുള്ള അഴിച്ചുപണി (Reconstruction) യായും പുനരവലോകന (Reassessing)മായും പുനർവിചിന്തന (Revisiting)മായും മറ്റുമാണ് ഘോഷിക്കപ്പെട്ടിരുന്നത്.

ഒരിക്കലുമല്ല. ബംഗാളിലെ വ്യാവസായിക വളർച്ച ത്വരിതഗതിയിലാക്കാൻ ശ്രമിച്ചത് അവിടത്തെ ജനങ്ങൾക്ക് പ്രത്യേകിച്ച് ചൂഷിത വർഗ്ഗത്തിന് കൂടുതൽ തൊഴിലവസരങ്ങളും മെച്ചപ്പെട്ട ഒരു ജീവിതവും നല്കാൻ വേണ്ടിയായിരുന്നു. അതൊരു തെറ്റായിരുന്നില്ല. അങ്ങനെ വരുമ്പോൾ നന്ദിഗ്രാം നിങ്ങൾ പറയുന്ന അത്ര വലിയ തെറ്റൊന്നുമായിരുന്നില്ല. അവിടെ തെറ്റു സംഭവിച്ചത് ഞങ്ങളത് നടപ്പിലാക്കിയ രീതിയിലാണ്. അല്ലെങ്കിലും നന്ദിഗ്രാമത്തിലെവിടെയാണ് ഭൂമി പിടിച്ചെടുത്തിരുന്നത്? അതൊരു കേന്ദ്രസർക്കാരിന്റെ പ്രൊപ്പോസലായിരുന്നു. വെറും പ്രൊപ്പോസൽ സ്റ്റേജിൽ മാത്രമുള്ള ഒന്ന്. ഒരു തരി മണ്ണ് പോലും അവിടെ പിടിച്ചെടുത്തിരുന്നില്ല. പക്ഷേ, സിംഗൂരിൽ ഭൂമി ഏറ്റെടുത്തിരുന്നു. അതു പക്ഷേ, ബംഗാളിലെ ആദ്യത്തെ ഭൂമി ഏറ്റെടുക്കലായിരുന്നില്ല. അത് അവിടത്തെ ഏറ്റവും അവസാനത്തെ ഭൂമി ഏറ്റെടുക്കലുമായിരുന്നില്ല. സർക്കാർ മാറിയ ശേഷവും ബംഗാളിൽ ഭൂമി പിടിച്ചെടുക്കൽ തുടരുന്നുണ്ട്. ഇവിടെ ഞങ്ങൾക്ക് പറ്റിയ തെറ്റ് ഭൂമി ഏറ്റെടുക്കുന്നതിനു മുമ്പ് നടത്തേണ്ടിയിരുന്ന ഗൃഹപാഠങ്ങളൊന്നും തന്നെ ചെയ്യാൻ ഞങ്ങൾ ഒരുമ്പെട്ടിരുന്നില്ല എന്നതാണ്. ഏറ്റെടുക്കേണ്ട ഭൂമിയുടെ പ്രാധാന്യം ജനങ്ങളെ ബോദ്ധ്യപ്പെടുത്തുന്നതിനായി നല്ലവണ്ണം ഗൃഹപാഠം ചെയ്യേണ്ടതു തന്നെയായിരുന്നു. അതൊരു തെറ്റു തന്നെയാണ്. അങ്ങനെ ചെയ്യാതിരുന്നതിന് ഒരു കാരണം അതിനു തൊട്ടുമുമ്പത്തെ 2006 ലെ തിരഞ്ഞെടുപ്പിൽ ഞങ്ങൾ വൻ ഭൂരിപക്ഷത്തിന് ജയിച്ചിരുന്നതാകാം. നാലിൽ മൂന്ന് ഭൂരിപക്ഷത്തിനാണ് അന്ന് ബംഗാളിലെ ജനത ഞങ്ങളെ അധികാരത്തിലേറ്റിയിരുന്നത്. അതുകൊണ്ടു തന്നെ ഇത്തരം കാര്യങ്ങളിലെല്ലാം ജനങ്ങൾ പാർട്ടിയുടെ നിലപാടിനെ പിന്തുണയ്ക്കുന്നുവെന്ന് പാർട്ടി തെറ്റായി വിധിയെഴുതി. അതുകൊണ്ടുതന്നെ ഇത്തരം കാര്യങ്ങൾ ജനങ്ങളോട് ഇനിയും വിശദീകരിക്കേണ്ടതില്ലെന്നും പാർട്ടി കരുതി. ഈ അജൻഡകളുടെയെല്ലാം പുറത്താണല്ലോ ജനങ്ങൾ പാർട്ടിയെ അധികാരത്തിലേറ്റിയിരുന്നത് എന്നാണ് പാർട്ടി നിനച്ചിരുന്നത്. അതുകൊണ്ടുതന്നെ ഭൂമി ഏറ്റെടുക്കുന്നതുമായി ബന്ധപ്പെട്ട് മുന്നോട്ടു പോകാമെന്ന് പാർട്ടി തീരുമാനിച്ചു. അങ്ങനെയല്ലായിരുന്നെങ്കിൽ പാർട്ടി സാധാരണഗതിയിൽ ചെയ്യുന്നതുപോലെ ഭൂമി ഏറ്റെടുക്കുന്നതിനു മുമ്പായി ആ പ്രദേശത്ത് പോയി, അവിടുത്തെ പഞ്ചായത്ത് വിളിച്ചു ചേർത്ത്, കാര്യങ്ങളെല്ലാം ജനങ്ങൾക്ക് വിശദീകരിച്ചു കൊടുത്ത്, നഷ്ടപരിഹാരത്തുക ഉറപ്പിച്ച്, എല്ലാത്തിലും വ്യക്തത കൈവരുത്തിയശേഷം മാത്രമേ നടപടികളുമായി മുന്നോട്ടു പോകുമായിരുന്നുള്ളൂ. അന്നുപക്ഷേ, ഇതൊന്നും ചെയ്തില്ല. അതിന്റെ ഫലമായി ആശയക്കുഴപ്പങ്ങൾ പ്രചരിക്കപ്പെട്ടു. ഞങ്ങളുടെ പ്രതിപക്ഷം അത് നന്നായി മുതലെടുക്കുകയും ചെയ്തു. നന്ദിഗ്രാം-സിംഗൂർ ആ

അർത്ഥത്തിൽ നോക്കുമ്പോൾ ഞങ്ങളുടെ വീക്ഷണത്തിലുണ്ടായ അപചയമോ പരാജയമോ അല്ല. മറിച്ച് ആ വീക്ഷണത്തിന്റെ പ്രായോഗികവല്ക്കരണത്തിലുണ്ടായ വീഴ്ചയായിരുന്നു. അതിനെ വിശകലനം ചെയ്ത് ഞങ്ങൾ അതിൽനിന്നും പാഠങ്ങൾ ഉൾക്കൊണ്ടിരിക്കുന്നു. ഇനി അത് ആവർത്തിക്കാതിരിക്കാൻ ശ്രമിക്കുന്നു.

അപ്പോൾ താങ്കൾ പറയുന്നത് ഈ കരടുരേഖയ്ക്ക് രൂപം കൊടുത്തത് പരാജയങ്ങളുടെ പുറത്തല്ല, മറിച്ച് ഉയർന്നു വരുന്ന പുതിയ സാഹചര്യങ്ങൾക്കനുസൃതമായാണെന്നാണ്. പക്ഷേ, ഞാൻ അത്ഭുതപ്പെടുന്നത് ഈ കരടുരേഖയിൽ പുതുമയുള്ളതെന്നവകാശപ്പെടാവുന്ന ഏതാണുള്ളതെന്നാണ്. പാർട്ടിക്കെതിരായി ഇനിയും കുറെയധികം വിമർശനങ്ങൾ നിലനില്ക്കുന്നുണ്ട്. കാലങ്ങളായുള്ള അത്തരം വിമർശനങ്ങൾക്ക് ചുട്ട മറുപടി കൊടുക്കാൻ തക്കവണ്ണം ഒരു പാർട്ടി പ്രവർത്തകനെ പ്രാപ്തനാക്കുന്ന തരത്തിലുള്ള എന്തു സംഗതിയാണ് ഈ രേഖയിലുള്ളത്.

തീർച്ചയായും വളരെ പ്രധാനമെന്നും നവീനമെന്നും ഞങ്ങൾ വിശ്വസിക്കുന്ന സംഗതികളാണ് ഈ കരടുരേഖയിൽ പ്രതിപാദിച്ചിട്ടുള്ളത്. സാമ്രാജ്യത്വത്തിന്റെ പുത്തൻ രൂപങ്ങളെക്കുറിച്ചുള്ള കാഴ്ചപ്പാടുകളാണതിലുള്ളത്. രാജ്യത്തിന്റെ സ്വാതന്ത്ര്യവും അഖണ്ഡതയും കാത്തുസൂക്ഷിക്കാനായി സാമ്രാജ്യത്വ ശക്തികളോട് പോരടിക്കുന്നതിനു പകരമായി ഇന്ത്യയിലെ ഭരണവർഗ്ഗവും ഭരണകൂടവും അത്തരം ശക്തികളുടെ കൂട്ടാളികളായി മാറുന്നതിനെക്കുറിച്ചുള്ള ഞങ്ങളുടെ വീക്ഷണങ്ങളാണ് ഈ രേഖയിലുള്ളത്. ഇന്ന് നവ ഉദാരീകരണനയങ്ങളെ ചെറുക്കാത്തിടത്തോളം രാജ്യത്തിന്റെ നന്മയ്ക്കായുള്ള പോരാട്ടവും സാദ്ധ്യമാകില്ല എന്ന അവസ്ഥയാണ് ഇവിടെ നിലനില്ക്കുന്നത്. ബി ജെ പിയും കോൺഗ്രസും ഇക്കാര്യത്തിൽ ഒരേ തട്ടിലാണെന്നും നമ്മൾ കാണുന്നു. അതുകൊണ്ടുതന്നെ, ഈ രണ്ടിനെയും എതിർത്ത് തോല്പിച്ച് ഒരു ഇടതുപക്ഷ ജനാധിപത്യ ശക്തിയെ പകരം കൊണ്ടുവരിക എന്നതാണ് ഇന്ന് ഇവിടെ ആവശ്യമായിട്ടുള്ളത്. ഇത്തരമൊരു സാഹചര്യം നിലനിന്നിരുന്ന ലാറ്റിനമേരിക്കൻ രാജ്യങ്ങളിൽ അവർ ഇക്കാര്യം കൈവരിച്ചിരിക്കുന്നു. അതുകൊണ്ട് അത്തരമൊരു മാറ്റം ഇവിടെയും സാദ്ധ്യമാവുക തന്നെ ചെയ്യും. മുതലാളിത്തത്തിന്റെ യുഗത്തിലും നവ ഉദാരീകരണത്തിനു വിരുദ്ധമായ ഒരു വികസന മാതൃക നമുക്ക് പിന്തുടരാൻ സാധിക്കും. അത്തരമൊരു വികസന സങ്കല്പം യാഥാർത്ഥ്യമാക്കുന്നതിനു വേണ്ടി ഞങ്ങൾക്ക് രാജ്യത്തെ രാഷ്ട്രീയ ശക്തികളെ അതായത് ഞങ്ങൾക്കു പിറകിലുള്ള ജനങ്ങളെ സോഷ്യലിസത്തിലേക്കുള്ള മാറ്റം കൈവരുത്തുന്നതിനായി പടയൊരുക്കേണ്ടതുണ്ട്. ഇതിനെല്ലാം മുന്നോടിയായി പുതിയ സാഹചര്യങ്ങളെക്കുറിച്ച് പ്രത്യയശാസ്ത്ര സംബന്ധമായ വ്യക്തതയും ഐക്യവും ഉണ്ടായിരിക്കേണ്ടതാണ്. അതിനു വേണ്ടിയാണ് ഇപ്പോൾ ഈ പ്രത്യയശാസ്ത്ര രേഖയ്ക്ക് രൂപം നല്കിയിരിക്കുന്നത്.

ഈ രേഖയിൽ തന്നെ പാർലമെന്റ് സംബന്ധിതമായതും പാർലമെന്റേതരവുമായ പാർട്ടിയുടെ പ്രവർത്തനങ്ങളിൽ സന്തുലിതത്വം കൈവരുത്തേണ്ടതുണ്ടെന്നും വീക്ഷിക്കുന്നുണ്ട്. പാർലമെന്റിനു പുറത്ത് ജനങ്ങളെ സംഘടിപ്പിക്കുന്നതിൽ പാർട്ടി പരാജയപ്പെടുന്നു എന്നതല്ലേ വാസ്തവം? ബംഗാളിലെ തിരഞ്ഞെടുപ്പ് പരാജയത്തിനു ശേഷം പാർട്ടി തന്നെ അത്തരത്തിലുള്ള നിരീക്ഷണങ്ങൾ നടത്തിയിരുന്നു. പാർലമെന്റേതര പ്രവർത്തനങ്ങളെ ശക്തിപ്പെടുത്തുന്നതിലും ജനങ്ങളെ സംഘടിപ്പിക്കുന്നതിലും കൂടുതൽ പോരാട്ടസജ്ജമാക്കുന്നതിലും എഴുപത്-എൺപതുകളിലേക്ക് ഒരു തിരിച്ചുപോക്ക് പ്രതീക്ഷിക്കാവുന്നതാണോ.

പാർട്ടിയുടെ വളരെക്കാലമായുള്ള നിലപാടാണത്. പാർലമെന്റിനകത്തും പുറത്തുമുള്ള പ്രവർത്തനങ്ങളുടെ ശരിയായ സംയോജനമാണ് പാർട്ടിയുടെ ലക്ഷ്യം. ഇവ രണ്ടും എങ്ങനെ ഒരുമിച്ചു കൊണ്ടുപോകാം എന്നതാണ് അപ്പോഴത്തെ ചർച്ചാവിഷയം. പാർലമന്റിനകത്തെ പ്രവർത്തനം വളരെ പ്രാധാന്യമുള്ളതാണ്. അത്രതന്നെ പ്രാധാന്യമുള്ളതാണ് പാർലമെന്റിനു പുറത്തെ സമരങ്ങളും പാർലമെന്റിനകത്തെ ഞങ്ങളുടെ സാന്നിദ്ധ്യം പലപ്പോഴും ദൃഢമാക്കപ്പെടുന്നത് പാർലമെന്റിനു പുറത്തെ ഞങ്ങളുടെ സമരങ്ങൾ മുഖേനയാണ്. അതുകൊണ്ടുതന്നെ പുറത്തെ സമരങ്ങളില്ലാതെ പാർലമെന്റിനകത്തെ ഞങ്ങളുടെ പ്രകടനം ശക്തി പ്രാപിക്കില്ല. അതുപോലെതന്നെ, പാർലമെന്റിലെ ശക്തിസാന്നിദ്ധ്യമില്ലാതെ പുറത്തെ ജനമുന്നേറ്റങ്ങളും വളരില്ല. ഇവ രണ്ടും തമ്മിൽ അത്തരത്തിലൊരു പാരസ്പര്യമുണ്ട്. അതാണ് ഞങ്ങൾക്ക് പ്രായോഗിക തലത്തിൽ കൈവരിക്കേണ്ടത്. അതു തന്നെയാണ് പ്രത്യയശാസ്ത്ര രേഖ ഊന്നിപ്പറയുന്നതും.

അതേസമയം തന്നെ പാർട്ടി സാമൂഹികവും മറ്റുമായ ചില മുന്നേറ്റങ്ങളിൽ പങ്കെടുക്കുന്നതിൽനിന്ന് മടിച്ചു നില്ക്കുന്നുമില്ലേ? ഉദാഹരണത്തിന് ഇപ്പോൾ സമൂഹത്തിൽ വളരെ പ്രകടമായി നിലനില്ക്കുന്ന ലിംഗപരമായ പ്രശ്നങ്ങളും ഗേ-ലെസ്ബിയൻ രാഷ്ട്രീയവും മറ്റും. അങ്ങനെ പാർട്ടി ജനങ്ങളിലേക്ക് നേരിട്ടെത്താനാകുമായിരുന്ന ചില സമരങ്ങൾക്കു നേരെ തന്നെ പാർട്ടിയുടെ വാതിലുകളടയ്ക്കുകയല്ലേ.

ഒരിക്കലുമല്ല. ഒരു കമ്യൂണിസ്റ്റ് പാർട്ടിക്ക് ഒരിക്കലും അതിന്റെ വാതിലുകളടച്ചിടാനാവില്ല. അതിന്റെ വാതിലുകൾ എപ്പോഴും ജനങ്ങളിലേക്ക് തുറന്നിടേണ്ടതുണ്ട്. അതിലും പ്രധാനമായി അതിന് ജനങ്ങളിലേക്ക് എത്തിപ്പെടേണ്ടതുണ്ട്. അതിനുവേണ്ടിയാണ് ഞങ്ങൾ പരിശ്രമിച്ചുകൊണ്ടിരിക്കുന്നതും. പാർട്ടിയുടെ സ്വാധീനം കുറയുന്നു എന്നു പറയുന്നത് വളരെ തെറ്റായ ഒരു പ്രസ്താവനയാണ്. തിരഞ്ഞെടുപ്പിന്റെ മാനദണ്ഡത്തിലാണെങ്കിൽ അത് ശരിയാണെന്നതിൽ സംശയമില്ല. പക്ഷേ, ഒരു കമ്യൂണിസ്റ്റ് പാർട്ടിക്ക് ജനങ്ങളുടെ മേലുള്ള സ്വാധീനം ഒരിക്കലും തിരഞ്ഞെടുപ്പിന്റെ മാനദണ്ഡത്തിൽമാത്രം അളക്കാവുന്ന ഒന്നല്ല. അത് ജന

മുന്നേറ്റങ്ങളുടെയും ജനകീയ പോരാട്ടങ്ങളുടെയും അടിസ്ഥാനത്തിൽ തിട്ടപ്പെടുത്തേണ്ട ഒന്നാണ്. ഉദാഹരണത്തിന് ഈ ഫെബ്രുവരി 28 ന് രാജ്യവ്യാപകമായി നടത്തിയ തൊഴിലാളി സമരംതന്നെ നോക്കു. ഒരു ബന്ദ് എന്ന രൂപത്തിൽ പദ്ധതിയിട്ടതായിരുന്നില്ലെങ്കിൽ കൂടി അതൊരു വൻ വിജയമായിരുന്നില്ലേ? അതുപോലെയുള്ള കൂടുതൽ സമരങ്ങളാണ് പാർലമെന്റിനു പുറത്തു ഞങ്ങൾ വിഭാവനംചെയ്യുന്നത്. പാർലമെന്റിനകത്ത് നവ ഉദാരീകരണ നയങ്ങൾക്കെതിരായുള്ള ഞങ്ങളുടെ പോരാട്ടവും അതിനോട് ചേർത്തുതന്നെ കൊണ്ടുപോകും. ആ ഒരു സംയോജനമാണ് പാർട്ടി ലക്ഷ്യം വക്കുന്നത്.

പക്ഷേ, എന്തുകൊണ്ടാണ് പാർട്ടിക്ക് ഫെമിനിസ്റ്റ് മുന്നേറ്റം പോലുള്ള ഒരുസമരവുമായി ബന്ധപ്പെടാനാകാതെ പോവുന്നത്? ഗേ-ലെസ്ബിയൻ രാഷ്ട്രീയം പോലുള്ള ഒരു സാമൂഹിക മുന്നേറ്റത്തെ സംബന്ധിച്ച് പാർട്ടിക്ക് ഏതെങ്കിലും വ്യക്തമായ നയങ്ങളുണ്ടോ? നവ-ഇടതുപക്ഷ പ്രസ്ഥാനങ്ങളുമായി പാർട്ടി എന്തേ അകന്നുനില്ക്കുന്നു.

നവ-ഇടതുപക്ഷ പ്രസ്ഥാനമെന്ന് ഞാനവരെ വിളിക്കില്ല. ചില പ്രശ്നങ്ങൾ ഏറ്റെടുത്തു പ്രവർത്തിക്കുന്ന നവ-ശക്തികളാണെന്നോ നവ-സംഘടനകളെന്നോ മാത്രമേ അവയെ പറയാനാകൂ. അവരുമായി നമുക്ക് ചേർന്ന് പ്രവർത്തിക്കേണ്ടതായി വരും. സാമൂഹിക പീഡനങ്ങൾക്കും സാമ്പത്തിക ചൂഷണത്തിനുമെതിരായി നമുക്ക് ഒരേ സമയം പോരാടേണ്ടിവരും. ഇന്ത്യയിൽ നാം രണ്ടു പോർമുഖങ്ങളിലായാണ് വർഗ്ഗസമരം നിലനിർത്തിപ്പോരുന്നത്. അതിൽ ഒന്ന് സാമ്പത്തിക ചൂഷണത്തിനെതിരായുള്ളതും രണ്ടാമത്തേത് സാമൂഹിക പീഡനങ്ങൾക്കു വിരുദ്ധമായതുമാണ്. സാമൂഹിക അടിച്ചമർത്തലുകളിൽ ജാതീയവും ലിംഗപരവുമായ പ്രശ്നങ്ങളും ആദിവാസി പ്രശ്നങ്ങളുമെല്ലാം ഉൾപ്പെടും. ഈ രണ്ടു പോർമുഖങ്ങളിലും ഒരേസമയം പോരാടിക്കുകയും അവയെ ബൃഹത്തായ ഒരു വർഗ്ഗസമരത്തിന്റെ ഭൂമികയിലേക്ക് കൂട്ടിയിണക്കുകയും ചെയ്തില്ലെങ്കിൽ ഇന്ത്യയിൽ നാം ആഗ്രഹിക്കുന്ന മാറ്റം കൊണ്ടുവരാൻ സാധിക്കുകയില്ല. പാർട്ടി അതിൽ വ്യാപൃതമാണ്.

പക്ഷേ, പാർട്ടിയുടെതന്നെ നിരീക്ഷണമാണ് ജാതീയമായ ശക്തികളും സ്വത്വരാഷ്ട്രീയവാദികളും ജനമുന്നേറ്റങ്ങളെ വഴിതിരിച്ചുവിടുന്നുവെന്നത്. അതേസമയം തന്നെ. ലോഹിയൈറ്റുകളും അംബേദ്ക്കറൈറ്റുകളും നന്നേ ചുരുങ്ങിയത് ഹിന്ദി സംസാരിക്കുന്ന മേഖലകളിലെങ്കിലും, ഒരു വൻശക്തിയായി തീർന്നിരിക്കുന്നുവെന്നത് ഒരു വാസ്തവമാണ്. ഇക്കഴിഞ്ഞ സംസ്ഥാന തിരഞ്ഞെടുപ്പുകളിൽ പോലും ഇടതുപക്ഷം അവിടങ്ങളിലൊന്നും ചിത്രത്തിലേ ഉണ്ടായിരുന്നില്ല. പാർട്ടിയുടെ പുതിയ പ്രത്യയശാസ്ത്ര രേഖ ജാതിരാഷ്ട്രീയത്തെയും സ്വത്വരാഷ്ട്രീയത്തെയും പാർട്ടിക്കു മുന്നിലുള്ള പുതിയ വെല്ലുവിളികളായി അവയെ എങ്ങനെ നേരിടണമെന്നതിന് വ്യക്തമായ യുക്തി (tactics)കളൊന്നും നിരത്തുന്നില്ല.

ടാക്ടിക്സ് എന്നു പറയുന്നത് എല്ലായ്പ്പോഴും പാർട്ടി രേഖകളിൽ വിവരിക്കപ്പെടണമെന്നില്ല. പക്ഷേ, തീർച്ചയായും പാർട്ടിക്ക് ഇക്കാര്യത്തിൽ പാർട്ടിയുടേതായ യുക്തികളുണ്ട്. ഈ വരുന്ന പാർട്ടി കോൺഗ്രസിന്റെ ലക്ഷ്യവും അത്തരം യുക്തികൾ നിർണ്ണയിക്കുകയെന്നതാണ്. പിന്നെ ലോഹിയൈറ്റുകളുടെ കാര്യം പറയുകയാണെങ്കിൽ അവർ തന്നെ പല വിഭാഗങ്ങളായും ഉപ വിഭാഗങ്ങളായും പരസ്പരം അകന്നു നില്ക്കുകയല്ലേ? മുലായം സിങ്ങായാലും ലാലു പ്രസാദ് യാദവായാലും ദേവ ഗൗഡയായാലും നവീൻ പട്നായിക്കായാലുമെല്ലാം ഈ വിഭാഗങ്ങളൊക്കെയും പഴയ സോഷ്യലിസ്റ്റ് ചിന്താഗതിയിൽ നിന്ന് ഉരുത്തിരിഞ്ഞവയാണ്. പക്ഷേ, അവരെല്ലാം വ്യത്യസ്ത ചേരികളിലല്ലേ ഇപ്പോഴുള്ളത്? അവരെയെല്ലാം ഒരുമിച്ചു നിർത്തേണ്ടതുണ്ട്. ഇടതുപക്ഷം ശ്രമിക്കുന്നത് അതിനുവേണ്ടിയാണ്. ആദ്യം കമ്യൂണിസ്റ്റുകളെ ഏകോപിപ്പിക്കണം പിന്നെ സാമൂഹിക അടിച്ചമർത്തലിന്റെ അടിസ്ഥാനത്തിൽ പ്രവർത്തി

ക്കുന്ന മുഴുവൻ ശക്തികളെയും ഒരുമിച്ചു നിർത്തണം. അതാണ് നമ്മുടെ മുന്നിലുള്ള ഒരു വഴി. അതിനുള്ള മാർഗ്ഗങ്ങൾ തേടി നമുക്കീ ഐക്യം ശക്തിപ്പെടുത്തേണ്ടതുണ്ട്.

അപ്പോൾ ഇന്ത്യൻ സാഹചര്യത്തിനനുയോജ്യമായി ഇടതുപക്ഷം ഒരു പുതിയ മാർഗ്ഗം കണ്ടെത്തേണ്ടതില്ലേ? പ്രത്യേകിച്ച് പാർട്ടിയിൽനിന്നും ജനങ്ങൾ അകലുന്നു എന്ന ഒരു വിമർശനമുയരുന്ന സാഹചര്യത്തിൽ.

ഇപ്പോൾത്തന്നെ ഞങ്ങൾ ഒരു പുതിയ മാർഗ്ഗത്തിലാണുള്ളതെന്നാണ് ഞങ്ങൾ വിശ്വസിക്കുന്നത്. പുതിയ മാർഗ്ഗം എന്നതുകൊണ്ട് നിങ്ങളെന്താണർത്ഥമാക്കുന്നത്? തിരഞ്ഞെടുപ്പിനെ മാനദണ്ഡമാക്കിയാണ് നിങ്ങളത് പറയുന്നതെങ്കിൽ അതു ശരിയാണ്. പക്ഷേ, ജനകീയ സമരങ്ങളുടെ അടിസ്ഥാനത്തിലല്ലാതെ പാർട്ടിയും ജനങ്ങളും തമ്മിലുള്ള ബന്ധത്തെക്കുറിച്ച് പരാമർശിക്കുന്നത് ശരിയല്ല.

അതുപോലെതന്നെ എൻ ജി ഒകളെ പാർട്ടിയുടെ പുതിയ രേഖ ശക്തമായി വിമർശിക്കുന്നുണ്ട്. എൻ ജി ഒകൾ ജനങ്ങളെ അരാഷ്ട്രീയവല്ക്കരിക്കുന്നു എന്നും പാർട്ടി കുറ്റപ്പെടുത്തുന്നു. പക്ഷേ, ശക്തമായ ഒരു ഇടതുപക്ഷത്തിന്റെ അഭാവമല്ലേ അവരുടെ വളർച്ചയ്ക്ക് വളമേകുന്നത്.

എൻ ജി ഒ കൾ രാജ്യത്തെ ഇടതുപക്ഷത്തിന്റെ സ്ഥാനം കവരുന്നതായി ഞാൻ കരുതുന്നില്ല. പക്ഷേ, തീർച്ചയായും അവർ ചില വിഭാഗം ജനങ്ങളുടെ യഥാർത്ഥ പ്രശ്നങ്ങളെ പ്രകടനവല്ക്കരിക്കുന്നുണ്ട്. അതിൽ യാതൊരു സംശയവുമില്ല. പക്ഷേ, അവരുയർത്തിയ അത്തരം പ്രശ്നങ്ങൾ വർഗ്ഗസമരത്തിൽനിന്നും വ്യതിരിക്തമാണ്. അതുകൊണ്ടാണ് ഞങ്ങൾ പറയുന്നത് മനുഷ്യസ്നേഹപരമായ (Philanthropy) പ്രവർത്തനങ്ങളിൽ മാത്രമൊതുങ്ങുന്നതല്ല ജനകീയ സമരമെന്ന്. അതൊരു രാഷ്ട്രീയ സമരമാണ്. ആ ഒരു രാഷ്ട്രീയ ശക്തി ബലപ്പെട്ടെങ്കിൽ മാത്രമേ നിലവിലുള്ള വ്യവസ്ഥിതിയെ തിരുത്തിക്കുറിച്ച് ഇവിടെ സോഷ്യലിസംപോലുള്ള ഒരു സംവിധാനം പ്രതിഷ്ഠിക്കാനാവുകയുള്ളൂ.

അങ്ങനെയെങ്കിൽ, ഇന്ത്യയിൽ ഇടതുപക്ഷത്തെ ശക്തിപ്പെടുത്തുന്നതിന്നായി ബൃഹത് അർത്ഥത്തിലുള്ള എന്തു നടപടിയാണ് പാർട്ടി കൈക്കൊള്ളുക? ഇടതുപാർട്ടികളുടെ ലയനമെന്ന ആശയംപോലും കെട്ടടങ്ങിയില്ലേ?

ഞാൻ നേരത്തെ പറഞ്ഞില്ലേ, ജനകീയ സമരം. ജനകീയ മസരങ്ങളുടെ അടിസ്ഥാനത്തിൽ മാത്രമേ ഇന്ത്യയിൽ ഇടതുപക്ഷത്തിന് ശക്തി പ്രാപിക്കാനാവൂ.

ബംഗാളിലെ പരാജയത്തിനു ശേഷം ലയനത്തെ സംബന്ധിച്ച സംസാരത്തിന് ഹൈദരാബാദിൽവച്ച നടത്തിയ ഒരു പൊതുപ്രസ്താവനയിലൂടെ താങ്കളാണ് ആദ്യമായി തുടക്കം കുറിച്ചിരുന്നത്. സി പി ഐ അത്തരമൊരാശയത്തെ സ്വാഗതം ചെയ്തെങ്കിലും പിന്നീട് സി പി ഐ (എം) അതിനെ കൈകാര്യം ചെയ്ത രീതിയിൽ പ്രത്യക്ഷമായും അസംതൃപ്തരായിരുന്നു. സി പി ഐക്ക് സി പി ഐ (എം)നേക്കാൾ കൂടുതൽ എണ്ണം സംസ്ഥാനങ്ങളിൽ സാന്നിദ്ധ്യമുണ്ടെന്നിരിക്കെ അവരുമായുള്ള ലയനം മൊത്തം ഇടതുപക്ഷത്തിനുതന്നെ ഗുണകരമാകില്ലേ? ഇക്കാര്യത്തിൽ ഇനിയും ഒരു ഭാവി താങ്കൾ കാണുന്നുണ്ടോ.

തീർച്ചയായും. ഇന്ത്യയിലെ ഇടതുപക്ഷത്തിന്റെ ഒരേയൊരു ഭാവി അതുമാത്രമാണ്. എല്ലാ ഇടതുശക്തികളും ഒന്നിച്ചുചേരണം. അതിനുള്ള ശ്രമങ്ങളാണ് ഞങ്ങൾ നടത്തിക്കൊണ്ടിരിക്കുന്നത്.

പക്ഷേ, അത്തരമൊരവസരം വരുമ്പോൾ പാർട്ടി പരസ്പരമുള്ള വ്യത്യാസങ്ങളെ ഉയർത്തിക്കാണിക്കുന്നു. തെലങ്കാന സമരം. ശ്രീലങ്കൻ തമിഴ് പ്രശ്നം തുടങ്ങി പല കാര്യങ്ങളിലും ഇരുപാർട്ടികൾക്കുമിടയിൽ പ്രത്യയശാസ്ത്രപരമായ വ്യത്യാസങ്ങൾ നിലനില്ക്കുന്നില്ലേ.

അതെ. പ്രത്യയശാസ്ത്രപരമായ വ്യത്യാസങ്ങളുണ്ടായിരുന്നില്ലെങ്കിൽ പിന്നെ ഞങ്ങളെങ്ങനെ രണ്ടു പാർട്ടികളായി മാറി? ഞങ്ങൾ ഒരേ പാർട്ടിയായിത്തന്നെ തുടരുമായിരുന്നില്ലേ? ഇടതുലയനത്തെക്കുറിച്ച് സംസാരിക്കുമ്പോൾ ഞങ്ങൾ പ്രത്യയശാസ്ത്രപരമായ വ്യത്യസ്തങ്ങളുള്ള രണ്ടു വ്യത്യസ്ത പാർട്ടികളല്ലാതാകുന്നില്ല. ലയനംകൊണ്ട് ഉദ്ദേശിക്കുന്നത് ടാക്ടിക്സ് സംബന്ധമായ ഐക്യമാണ്. കൂടുതൽ ജനവിഭാഗങ്ങളെ ജനകീയ പോരാട്ടത്തിൽ പങ്കെടുപ്പിക്കുന്നതിനു പരിശ്രമിക്കാൻ വേണ്ടിയാണത്. അത്തരമൊരു പ്രക്രിയയിലൂടെ ഇരുകൂട്ടരും പല പാഠങ്ങൾ ഉൾക്കൊള്ളുകയും ചെയ്യും.

ചൈനയെ പലവിധത്തിലും ഈ കരടുരേഖ വിമർശനവിധേയമാക്കുന്നുണ്ട്. അവിടെ അസമത്വം, തൊഴിലില്ലായ്മ, അഴിമതി എന്നിവ പെരുകുന്നതായും ചൈനീസ് കമ്യൂണിസ്റ്റ് പാർട്ടിയിൽ സമ്പന്നരുടെ എണ്ണം അധികരിക്കുന്നതായും അവിടത്തെ പാർട്ടി സാമ്രാജ്യത്വവിരുദ്ധത കൈവിട്ടതുമൂലം ജനങ്ങളിൽ സങ്കുചിത ദേശീയത ശക്തിപ്പെടുന്നതായും മൊത്തത്തിൽ ഉല്പാദനബന്ധങ്ങളിൽ തന്നെ പ്രതികൂലമായ മാറ്റങ്ങൾ കൈവന്നതായും മറ്റുമായി ചൈനയ്ക്കെതിരായി കുറെയധികം കുറ്റങ്ങൾ നിരത്തിയിരിക്കുന്നു. സി പി ഐ യിൽ നിന്ന് പിളർന്നതു മുതലേ ചൈനയോട് അനുഭാവം പുലർത്തിയിട്ടുള്ള പാർട്ടി ആദ്യമായാണ് ആ രാജ്യത്തെ ഇത്ര നിശിതമായി വിമർശിക്കുന്നത്. പ്രഖ്യാപിതമായ ഈ അനുഭാവ

ത്തിൽനിന്നുള്ള പാർട്ടിയുടെ വ്യതിചലനത്തിന്റെ സൂചനയായി ഇതിനെ കാണാമോ?

ഇതാദ്യമായല്ല സി പി ഐ (എം) ചൈനയെ വിമർശിക്കുന്നത്. മറ്റു രാജ്യങ്ങളിലെ പുതിയ വികാസങ്ങളെ സംബന്ധിച്ച ഞങ്ങളുടെ വീക്ഷണങ്ങൾ അവിടങ്ങളിലെ പുതിയ യാഥാർത്ഥ്യങ്ങളുടെ പിൻബല ത്തിലായിരിക്കേണ്ടതുണ്ട്. മറ്റു രാജ്യങ്ങളിലെ കുറച്ചിലുകളും ഭാവിയും അവിടുത്തെ രാഷ്ട്രീയ നേതൃത്വത്തിന്റെയും ജനങ്ങളുടെയും ഇച്ഛാനു സൃതമായിരിക്കുമെന്ന് ഞങ്ങൾ അടിവരയിടുകയാണ് ചെയ്യുന്നത്. അതിൽ ആർക്കും തന്നെ ഇടങ്കോലിടാനാകില്ല. നമ്മുടെ കാര്യങ്ങളിൽ മറ്റാരെങ്കിലും ഇടപെടുന്നത് നമുക്ക് സ്വീകാര്യമാവില്ലെന്നതുപോലെ. അതാണ് നമ്മുടെ പ്രവർത്തന മാർഗ്ഗം. ചൈനയിൽ അസ്വസ്ഥപ്പെടു ത്തുന്ന ചില പ്രവണതകൾ ഞങ്ങൾ കാണുന്നുണ്ട്. ഇക്കാര്യത്തിൽ ഞങ്ങൾ ആകെ പറഞ്ഞിട്ടുള്ളത് ചൈനയിലെ സോഷ്യലിസത്തിന്റെ ഭാവി ഇപ്പോൾ അവിടെ ഉയർന്നുവരുന്ന ഈ വൈരുദ്ധ്യങ്ങളെ എങ്ങനെ തരണം ചെയ്യും എന്നതിനെ ആശ്രയിച്ചിരിക്കും എന്നാണ്. അത് പൂർണ്ണ മായും ഒരു മാർക്സിസ്റ്റ് സമീപനമാണെന്നാണ് ഞാൻ കരുതുന്നത്.

അപ്പോൾ പാർട്ടി ചോദ്യം ചെയ്യുന്നത് ചൈനയുടെ മൂലധനം അടിസ്ഥാ നമാക്കിയുള്ള വിശകലന മാതൃകയെയല്ല.

ചൈനയിലെ നിലനില്ക്കുന്ന ചില പ്രവണതകൾ അവിടുത്തെ സോഷ്യലിസ്റ്റ് കാഴ്ചപ്പാടിനെ കൂടുതൽ അപകടം ചെയ്യും എന്ന ആശങ്ക പ്രകടിപ്പിക്കുകയാണ് ഞങ്ങൾ ചെയ്തിട്ടുള്ളത്. അതിനപ്പുറത്തേക്ക് ഞങ്ങ ളൊന്നും പറഞ്ഞിട്ടില്ല.

അതേസമയം, ലാറ്റിനമേരിക്കയിലെ സോഷ്യലിസ്റ്റു രാജ്യങ്ങളുടെ നേട്ട ങ്ങളെയും അവിടത്തെ പാർട്ടിയുടെ പരിഷ്കരണ സന്നദ്ധതയെയും അഭി നന്ദിച്ചും കാണുന്നു. ചൈനയെ കൈയൊഴിഞ്ഞ് ലാറ്റിനമേരിക്കൻ രാജ്യ ങ്ങളെ ആലിംഗനം ചെയ്യുന്നത് ബോധപൂർവ്വമായ ഒരു നീക്കമാണോ?

ആദ്യമായി ലാറ്റിനമേരിക്കൻ രാജ്യങ്ങൾ കൈവരിച്ച മാറ്റത്തെ നിരീ ക്ഷിക്കുക. നവ-ഉദാരീകരണത്തിനെതിരായി സംഘടിപ്പിക്കപ്പെട്ട ശക്ത മായ സായുധ ജനകീയ മുന്നേറ്റങ്ങളിലൂടെ അധികാരത്തിലേറിയ ഭര ണകൂടങ്ങളാണ് അവിടെയുള്ളത്. ഞാൻ നേരത്തെ പറഞ്ഞതുപോലെ മുതലാളിത്തത്തിനു കീഴിലും നവ-ഉദാരീകരണത്തിനു വിരുദ്ധമായ ഒരു സഞ്ചാരപഥം സൃഷ്ടിച്ചെടുക്കാൻ സാധിക്കുമെന്ന് അവർ തെളിയിച്ചുകൊ ണ്ടിരിക്കുകയാണ്. ബൊളീവിയയും മറ്റു രാജ്യങ്ങളും ചെയ്തുകൊണ്ടി രിക്കുന്നതതാണ്. ഈ ഒരൊറ്റക്കാര്യം മതി പൊതുവെ സോവിയറ്റ് അനു ഭാവികളല്ലാത്തവർക്ക് ഈ രാജ്യങ്ങളോട് ആകർഷണത്വം തോന്നാൻ.

ഇന്ത്യക്ക് അവരിൽനിന്നും ഉൾക്കൊള്ളാനുള്ള പാഠവും അതുതന്നെയാണ്. ലാറ്റിനമേരിക്കയിൽ നടപ്പിലാക്കിയതു പോലെ നവ-ഉദാരീകരണത്തിന് പകരം വെക്കാവുന്ന ഒരു വ്യവസ്ഥിതി എങ്ങനെ ഉയർത്തിക്കാണിക്കാമെന്ന്. ഇനി അത് നിറവേറ്റപ്പെടേണ്ടത് ലാറ്റിനമേരിക്കൻ അനുഭവത്തിന്റെ പശ്ചാത്തലത്തിലായിരിക്കണം. ഇനി അത് നടപ്പിലാക്കേണ്ടത് ഉറച്ച സാമ്രാജ്യത്വ വിരുദ്ധതയിലും നവ-ഉദാരീകരണത്തിന്റെ നിരാസത്തിലും അടിസ്ഥാനമാക്കിയായിരിക്കണം. കൂടുതൽ ജനപക്ഷം ചേർന്നുകൊണ്ടുള്ള ഒരു പാതയാണ് നാം ലക്ഷ്യം വയ്ക്കുന്നത്.

സ്വയം ശക്തിപ്പെടൽ മുഖ്യകടമ

സീതാറാം യെച്ചൂരി/
വെങ്കിടേഷ് രാമകൃഷ്ണൻ, കുനാൽ ശങ്കർ

തൊണ്ണൂറുകളുടെ ആദ്യപാദത്തിൽ അന്നത്തെ പ്രധാനമന്ത്രിയായിരുന്ന പി വി നരസിംഹറാവുവും സീതാറാം യെച്ചൂരിയും പങ്കുകൊണ്ട ഒരു സംഭവം സി പി ഐ (എം)ന്റെ പുതിയ ജനറൽ സെക്രട്ടറിയുടെ വ്യക്തിത്വത്തെ പല രൂപത്തിൽ വെളിപ്പെടുത്തുന്നതായിരുന്നു. അധികമൊന്നും റിപ്പോർട്ടുചെയ്യപ്പെട്ടിട്ടില്ലാത്ത ആ സംഭവം യഥാർത്ഥത്തിൽ നരസിംഹറാവു ഒരു ദൂതൻ വഴി യെച്ചൂരിക്കു കൊടുത്തയച്ച സന്ദേശത്തെയും അതിനദ്ദേഹം നല്കിയ മറുപടിയെയും പറ്റിയുള്ളതാണ്. യെച്ചൂരിയെപ്പോലെ ശേഷിയും സാമൂഹ്യ-രാഷ്ട്രീയ വിഷയങ്ങളിൽ ധാരണയുമുള്ള ഒരാൾ തനിക്കൊപ്പം വേണമെന്ന് തോന്നിയതിനാൽ വളരെ ആലോചിച്ചശേഷം, തന്റെ മന്ത്രിസഭയിൽ ചേരാൻ യെച്ചൂരിയുടെ സമ്മതം ചോദിക്കുകയായിരുന്നു നരസിംഹറാവു ചെയ്തത്.

എങ്ങനെയാണ് ഒരു കമ്യൂണിസ്റ്റുപാർട്ടി പ്രവർത്തിക്കുന്നതെന്ന് അറിയാത്ത ആളല്ല ആ മുതിർന്ന കോൺഗ്രസ് നേതാവ്. എന്നതിനാൽ ഈ നിർദ്ദേശം തന്നെ പരിഹസിക്കാനാണെന്നാണ് യെച്ചൂരി വിശ്വസിക്കുന്നത്. അതെന്തായാലും വളരെ ആലോചിച്ച് റാവു കൈക്കൊണ്ട ഈ നിർദ്ദേശത്തെ തള്ളിക്കളയാൻ യെച്ചൂരി ഒരു നിമിഷം പോലും എടുത്തില്ല. അർത്ഥശങ്കയ്ക്കിടയില്ലാത്തവണ്ണം യെച്ചൂരി തന്റെ നിലപാട് വ്യക്തമാക്കി. താൻ സി പി ഐ (എം) പോലുള്ള ഒരു പാർട്ടിയിലാണ്. അതിനാൽ തന്റെ ജീവിതലക്ഷ്യം കേന്ദ്രമന്ത്രിസഭയിൽ ഒരംഗമാവുകയല്ല, മറിച്ച് ജനങ്ങൾക്കൊപ്പം നിന്നുകൊണ്ട് അവരുടെ താല്പര്യങ്ങൾക്കൊപ്പം പ്രവർത്തിക്കുകയാണ്.

ഈ സംഭവം 62 വയസ്സുകാരനായ യെച്ചൂരിയുടെ വ്യക്തിത്വത്തിലെ

രണ്ടു പ്രധാന സവിശേഷതകൾ വ്യക്തമാക്കുന്നുണ്ട്. ഒന്ന്, മറ്റ് പാർട്ടികളുടെയോ രാഷ്ട്രീയ എതിരാളികളുടെയോ അംഗീകാരവും സ്വീകാര്യതയും അദ്ദേഹം കാര്യമായി എടുക്കുന്നില്ല. രണ്ട്, സി പി ഐ (എം) നോട് തനിക്കുള്ള പ്രതിബദ്ധതയും അതിന്റെ രാഷ്ട്രീയ ലക്ഷ്യങ്ങളുമാണ് പ്രധാനം.

1996 ൽ എച്ച് ഡി ദേവഗൗഡ നേതൃത്വം നല്കിയ യുണൈറ്റഡ് ഫ്രണ്ട് ഗവൺമെന്റിന്റെയും 2004 ൽ ഡോ. മൻമോഹൻസിങ് നേതൃത്വം നല്കിയ യു പി എ സർക്കാരിന്റെയും പൊതു മിനിമം പരിപാടി തയ്യാറാക്കുന്നതിൽ പ്രധാന പങ്കുവഹിക്കുന്ന വേളയിൽ ഈ രണ്ടു ഘടകങ്ങളും പ്രയോഗത്തിൽ വരുന്നത് നാം കണ്ടു. ഒരു കേന്ദ്രീകൃതമായ പരിപാടി ഒരു മുന്നണി സംവിധാനത്തിനുള്ളിൽ നടപ്പിലാക്കിയെടുക്കാനാണ് ഈ രണ്ടവസരങ്ങളിലും യെച്ചൂരി ശ്രദ്ധിച്ചത്. എന്നാൽ സമകാലീന മുഖ്യധാരാ രാഷ്ട്രീയ വ്യവഹാരങ്ങളിൽ ഒരറ്റത്തേക്ക് ഞെരുക്കപ്പെട്ട സന്ദർഭത്തിലാണ് ഇടതുപക്ഷത്തിലെ പ്രധാന പാർട്ടിയായ സി പി ഐ എം ന്റെ ജനറൽ സെക്രട്ടറി പദവിയിലേക്ക് അദ്ദേഹം ഉയർത്തപ്പെട്ടത്. സി പി ഐ (എം) 21-ാം പാർട്ടി കോൺഗ്രസിൽ രൂപപ്പെട്ട രാഷ്ട്രീയവും സംഘടനാപരവും അടവുപരവുമായ നയങ്ങൾ എങ്ങനെയാണ് നടപ്പിലാക്കുവാൻ പോകുന്നത് എന്നറിയാൻ പുതിയ പദവി ഏറ്റെടുത്ത ഉടൻതന്നെ *ഫ്രണ്ട് ലൈനിനു*വേണ്ടി ഞങ്ങളദ്ദേഹത്തെ കണ്ടു. അദ്ദേഹവുമായി നടത്തിയ അഭിമുഖത്തിൽ നിന്നുമുള്ള പ്രസക്ത ഭാഗങ്ങൾ:

തിരഞ്ഞെടുപ്പു വിജയങ്ങളുടെ ചരിത്രത്തിലെ ഏറ്റവും മോശപ്പെട്ട പ്രകടനവുമായി പാർട്ടി നിലകൊള്ളുമ്പോഴാണ് താങ്കൾ സി പി ഐ (എം) ജനറൽ സെക്രട്ടറി സ്ഥാനമേറ്റെടുക്കുന്നത്. രാഷ്ട്രീയ സ്വാധീനത്തിലും സംഘടനാപരമായ കെട്ടുറപ്പിലും അതിന്റെ പ്രതിഫലനം ദൃശ്യമാണ്. ഈ മേഖലകളിൽ ഗുണപരമായ മാറ്റങ്ങളുണ്ടാക്കാൻ താങ്കളുടെ പുതിയ സ്ഥാനത്തെ എങ്ങനെയാണ് ഉപയോഗിക്കാൻ പോകുന്നത്.

ഈ മേഖലകളിൽ ഗുണപരമായ മാറ്റങ്ങളുണ്ടാക്കുകയെന്നതും പാർട്ടിയെ മുമ്പോട്ടു നയിക്കുക എന്നതും ഭാരിച്ച ഉത്തരവാദിത്വംതന്നെയാണ്. എന്നാൽ കമ്യൂണിസ്റ്റു പാർട്ടികളിൽ വിശിഷ്യാ സി പി ഐ (എം)ൽ വ്യക്തികൾ, അവർ എത്ര പ്രധാനപ്പെട്ടവരായാലും, ഈ ഉത്തരവാദിത്വങ്ങൾ സ്വന്തമായല്ല നിർവ്വഹിക്കുന്നത്. പാർട്ടിയാകെ ഒന്നായി നിന്ന് കൂട്ടുത്തരവാദത്തോടെയാണ് ഈ കടമകൾ നിറവേറ്റുന്നത്.

കൂട്ടുത്തരവാദിതമെന്നത് ഞങ്ങളെ സംബന്ധിച്ചിടത്തോളം ഒരു വാചകമടിയല്ല. രാജ്യത്തിന്റെയും പാർട്ടിയുടെയും മുന്നിലുള്ള വെല്ലുവിളികളെ അഭിമുഖീകരിക്കാനാണ് 21-ാം പാർട്ടി കോൺഗ്രസ് തീരുമാനിച്ചിട്ടുള്ളത്. വേണ്ടത്ര ആലോചനകൾക്കുശേഷം സ്വയം ശക്തിപ്പെടാനും ഇടതുപക്ഷ ഐക്യം ശക്തിപ്പെടുത്തി പാർലമെന്റിനകത്തും പുറത്തുമുള്ള രാഷ്ട്രീയ പ്രവർത്തനങ്ങളിൽ ഞങ്ങളുടെ സാന്നിദ്ധ്യം വർദ്ധിപ്പിക്കാനുമാണ് ഊന്നൽ നല്കിയത്.

എന്നാൽ പാർട്ടി കോൺഗ്രസ് അംഗീകരിച്ച രാഷ്ട്രീയ-അടവു നയങ്ങളിൽ കാണുന്ന നേരിയ മാറ്റങ്ങളും ഊന്നലുകളും പാർട്ടി കെട്ടിപ്പടുക്കുന്നതും ഇടതുപക്ഷ ഐക്യം ശക്തിപ്പെടുത്തുന്നതും സംബന്ധിച്ചാണല്ലോ. മതേതര ശക്തികളുടെ വിശാലമായ ഐക്യം ഉണ്ടാക്കിയെടുക്കുന്ന കാര്യം പിന്നിലേക്കു പോയി എന്നു തോന്നുന്നു. നരേന്ദ്രമോദിയുടെ നേതൃത്വത്തിലുള്ള കേന്ദ്രസർക്കാർ വലിയ ഭൂരിപക്ഷത്തോടെ അധികാരത്തിലിരിക്കുമ്പോൾ ബി ജെ പിയും സംഘപരിവാറും നയിക്കുന്ന ഹിന്ദുത്വശക്തികൾ രാജ്യത്തെ ഫാസിസത്തിലേക്കടുപ്പിക്കുമ്പോൾ ഈ നയം ദീർഘകാലത്തേക്ക് ഉയർത്തിപ്പിടിപ്പിക്കാൻ കഴിയുമോ?

മാറിയ രാഷ്ട്രീയ സാഹചര്യമനുസരിച്ചാണ് രാഷ്ട്രീയ അടവുനയം രൂപപ്പെടുത്തുന്നത്. രാഷ്ട്രീയവും സംഘടനാപരവുമായ ശക്തിയാണ് പാർലമെന്ററി അഥവാ തിരഞ്ഞെടുപ്പു വിജയത്തിൽ നിർണ്ണായക ഘടകമെന്നതു കൊണ്ടാണ് സ്വയം ശക്തിപ്രാപിക്കലാണ് ഈ രാഷ്ട്രീയ സാഹചര്യത്തിൽ പാർട്ടിയുടെ മുഖ്യ കടമ എന്ന നിഗമനത്തിലെത്തിയത്. ഇതു നിർവ്വഹിക്കുന്നത് പാർലമെന്റിനകത്തും പുറത്തുമുള്ള പ്രവർത്തനങ്ങളെ ഏകോപിപ്പിച്ചുകൊണ്ടാവണമെന്നും ഞങ്ങൾ തീരുമാനിച്ചിട്ടുണ്ട്. ഞങ്ങളുടെ സ്വന്തം ശക്തി ബലപ്പെടുത്താതെ ഇതര മതേ

തര കക്ഷികളുമായുള്ള ഐക്യം എന്ന ലക്ഷ്യം നേടാനാവില്ല. ഞങ്ങളുടെ വർദ്ധിച്ച സാന്നിദ്ധ്യവും ശക്തിയും ഉറപ്പിക്കാതെ അത്തരമൊരു ഐക്യം തന്നെ സാദ്ധ്യമാവുകയില്ല എന്നതാണ് നേര്. എന്നാൽ പ്രശ്നങ്ങളുടെയടിസ്ഥാനത്തിൽ മതേതര സംവിധാനങ്ങളുമായുള്ള യോജിച്ച പ്രവർത്തനത്തിന് എപ്പോഴും ഇടമുണ്ടാകും. അത് പ്രാവർത്തികമാവുകതന്നെ ചെയ്യും. ഉദാഹരണത്തിന് ഭൂമി ഏറ്റെടുക്കാൽ നിയമത്തിനെതിരെ ഏറെക്കുറെ യോജിച്ചു നിന്ന പ്രതിപക്ഷ പാർട്ടികൾക്ക് ധാതുനിയമത്തിന്റെ കാര്യത്തിലോ കൽക്കരി പുനർലേലത്തിന്റെ കാര്യത്തിലോ ഒരേ നിലപാടുകളല്ല ഉള്ളത്.

പ്രാദേശിക പാർട്ടികളുമായുള്ള തിരഞ്ഞെടുപ്പു സഖ്യത്തിന്റെ കാര്യത്തിൽ പുതിയ നയം പരിപൂർണ്ണമായൊരു നിരോധനമാണോ ലക്ഷ്യമാക്കുന്നത്?

സഖ്യത്തിന്റെ കാര്യത്തിൽ സംസ്ഥാനങ്ങൾക്ക് അയവേറിയ നിലപാടെടുക്കാനുള്ള സ്വാതന്ത്ര്യമുണ്ട്. ചർച്ചകളിൽ ഉയർന്നുവന്നപോലെയും സഖാവ് പ്രകാശ് കാരാട്ട് മറുപടിയിൽ ചൂണ്ടിക്കാട്ടിയപോലെയും നിങ്ങൾക്ക് സംസ്ഥാനങ്ങളിൽ അയവേറിയതും കേന്ദ്രത്തിൽ അയവില്ലാത്തതുമായ നയം കൈക്കൊള്ളാനാവില്ല. വേറൊരു രീതിയിൽ പറഞ്ഞാൽ രണ്ടു സമീപനങ്ങളും തമ്മിൽ പൊരുത്തം വേണം. ഉദ്ദേശ്യലക്ഷ്യത്തോടെയും വ്യക്തതയോടെയും അങ്ങനെയാവണം കാര്യങ്ങൾ രൂപപ്പെടുത്തേണ്ടത്. തിരഞ്ഞെടുപ്പു ലക്ഷ്യം കണ്ടു മാത്രമാവരുത്.

2004 ൽ വർഗ്ഗീയശക്തികൾക്കെതിരെ വിവിധ മതേതരകക്ഷികളെ കൂട്ടി

ച്ചേർത്ത് മുന്നണിയാക്കുന്നതിൽ ഇടതുപക്ഷം പ്രേരകഘടകമായി. വർഗ്ഗീയതയുടെ ഭീഷണി ഇപ്പോൾ അധികരിച്ചിരിക്കുന്നു. 2004 ലേതു പോലെ ഭാവിയിലും ഇടതുപക്ഷം തത്തുല്യമായ പങ്കുവഹിക്കേണ്ടിവരുമെന്ന് താങ്കൾ മുൻകൂട്ടി കാണുന്നുണ്ടോ?

2004 ലേത് ഒരൊറ്റപ്പെട്ട സംഭവമല്ല. 1990 മുതൽ ഇടതുപക്ഷം നടത്തിവന്ന എല്ലാ ശ്രമങ്ങളും അതിനു പിന്നിലുണ്ട്. കോൺഗ്രസ് നേതൃത്വത്തിലുള്ള നരസിംഹറാവു സർക്കാരിനെതിരായ പോരാട്ടങ്ങളും ബാബറിമസ്ജിദ് തകർക്കപ്പെട്ടതിനെത്തുടർന്നു കൊണ്ടുവന്ന അവിശ്വാസപ്രമേയവും അതിൽപ്പെടുന്നു.

ഈ രാഷ്ട്രീയ സാഹചര്യത്തിൽ മതേതരത്വത്തിനും മതേതരശക്തികളുടെ ഐക്യത്തിനും ഗതിവേഗം കൈവന്നിട്ടുണ്ട്. അതു പല രൂപങ്ങളിലുള്ള ബഹുജനപ്രക്ഷോഭങ്ങളിൽ പ്രതിഫലിച്ചിട്ടുമുണ്ട്. അടൽബിഹാരി വാജ്പേയ് നേതൃത്വം കൊടുത്ത നാഷണൽ ഡെമോക്രാറ്റിക് അലൈൻസ് എൻ ഡി എ ഗവൺമെന്റിന്റെ ആറുവർഷക്കാലത്ത് അത് പിന്നെയും വിപുലപ്പെട്ടു. ഈ വിഷയങ്ങളിന്മേൽ രൂപപ്പെട്ട വിപുലമായ രാഷ്ട്രീയ പ്രസ്ഥാനങ്ങളാണ് ക്രമേണ 2004 ലെ സംഭവവികാസങ്ങളിലേക്ക് നയിച്ചത്. ഇത് ദീർഘകാലം കൊണ്ട് രൂപപ്പെട്ട മുൻകൈയാണ്; പെട്ടെന്നുണ്ടായതും ഒരു വിഷയത്തിൽ കേന്ദ്രീകരിച്ചുള്ളതുമായിരുന്നില്ല. ഇന്നത്തെ സാഹചര്യം വസ്തുനിഷ്ഠമായി പരിശോധിച്ചാൽ വ്യക്തമായ ഭൂരിപക്ഷത്തോടെയും എന്നാൽ 31% വോട്ട് മാത്രം കൈക്കലാക്കിയുമാണ് ബി ജെ പി അധികാരത്തിലെത്തിയതെന്നു കാണാം. എന്നുപറഞ്ഞാൽ വോട്ടർമാരുടെ മൂന്നിൽ രണ്ടു ഭാഗവും ബി ജെ പിയ്ക്കും അതിന്റെ നയങ്ങൾക്കെതിരെയുമാണ് വോട്ടു ചെയ്തതെന്നർത്ഥം. ബി ജെ പിയുടെ മാസ്മരിക വിജയത്തിനു മുന്നിൽ ഈ വസ്തുതകൾ തമസ്കൃതമായിക്കൂടാ.

ഇപ്പോൾ ജനതാ പരിവാർ ശക്തികൾ ഐക്യപ്പെട്ടിരിക്കുന്നു. ബി ജെ പിക്ക് രാഷ്ട്രീയ നേട്ടമുണ്ടാകാതിരിക്കാനുള്ള നീക്കമാണത്. ഈ സാഹചര്യം ഇതര സംസ്ഥാനങ്ങളിലും സംജാതമാകും. അത്തരം സംഭവങ്ങൾ ഉണ്ടാക്കുന്ന മുറയ്ക്ക് നാമതിനെ അഭിമുഖീകരിക്കും. എന്നാൽ ഞങ്ങൾ പറയുന്നത് ഇക്കാര്യങ്ങൾക്കല്ല പാർട്ടി ശക്തിപ്പെടുത്തുന്നതിനാണ് ഞങ്ങളിപ്പോൾ മുൻഗണന നല്കുന്നത് എന്നാണ്. ഞങ്ങളുടെ സ്വന്തം ശക്തി വർദ്ധിപ്പിച്ച് പാർട്ടിയുടെ നയങ്ങൾ പാർലമെന്റിനു പുറത്തുള്ള വിവിധ മേഖലകളിൽ വ്യാപിക്കുക എന്നു കൂടിയാണ്.

ഈ വിഷയത്തിൽ സിവിൽ സമൂഹ കൂട്ടായ്മകളുമായുള്ള ബന്ധവും സഹകരണവും യോജിച്ച പ്രവർത്തനവും വിപുലമാക്കും എന്ന് അർത്ഥമുണ്ടോ?

തീർച്ചയായും. ഇടതുപക്ഷ ഐക്യം ശക്തിപ്പെടുത്തുകയെന്നാൽ ഇടതുപക്ഷ പാർട്ടികളുമായുള്ള ബന്ധം മാത്രം ശക്തിപ്പെടുത്തുകയല്ലെന്ന് ഞങ്ങൾ വ്യക്തമാക്കിക്കഴിഞ്ഞു. സിവിൽ സമൂഹ പ്രസ്ഥാനങ്ങളിൽ പ്രവർത്തിക്കുന്നവരിൽ വലിയൊരു വിഭാഗം ഇടതുപക്ഷ ചിന്താഗതിക്കാരുണ്ട്. അവരുമായുള്ള ഐക്യവും പ്രധാനപ്പെട്ടതാണ്. ഭൂമി ഏറ്റെടുക്കൽ ബില്ലിനെപ്പോലുള്ള പ്രശ്നങ്ങളിൽ ഇത് പ്രാവർത്തികമായിത്തുടങ്ങിയിട്ടുമുണ്ട്.

ആം ആദ്മി പാർട്ടിയുടെ ഉദയം തീർച്ചയായും ഇതുമായി ബന്ധപ്പെട്ട പ്രതിഭാസമാണ്. ആ പാർട്ടിയുടെ ഉദയത്തെപ്പറ്റിയും ഡൽഹിയിലെ മനുഷ്യരുടെ ഹൃദയങ്ങൾ അവർ കീഴടക്കിയതിനെപ്പറിയും എന്തെങ്കിലും പരാമർശങ്ങൾ 21-ാം പാർട്ടി കോൺഗ്രസിലെ പ്രമേയങ്ങളിൽ കാണുന്നില്ല. ചർച്ചകളിൽ ഈ പ്രതിഭാസത്തെപ്പറ്റി എന്തെങ്കിലും പരാമർശങ്ങൾ ഉയർന്നുവന്നിരുന്നുവോ? പാർട്ടി കോൺഗ്രസ് അതിൽനിന്നും പാഠം വല്ലതും പഠിച്ചുവോ?

തീർച്ചയായും. വാസ്തവത്തിൽ പാർട്ടി കോൺഗ്രസിനു മുമ്പേതന്നെ ഞങ്ങളക്കാര്യം പഠനവിധേയമാക്കിയിരുന്നു. ജനങ്ങളെ ബാധിക്കുന്ന യഥാർത്ഥപ്രശ്നങ്ങൾ ഉയർത്തിക്കൊണ്ടുവന്ന് അതിനുമേൽ ഒരു പ്രസ്ഥാനം വളർത്തിയെടുക്കുക എന്നതായിരുന്നു പ്രഥമ പാഠം.

രാഷ്ട്രീയ അടവു രേഖയിൽ നിങ്ങൾ കണ്ടിരിക്കാനിടയുള്ള അത്ത

രമൊരു വിഷയം പ്രസ്ഥാനങ്ങളും കാമ്പയിനുകളും ഒരു കേന്ദ്രത്തിലിരുന്നു നിശ്ചയിക്കുന്നവമാത്രം ആയിക്കൂടാ എന്നും പ്രാദേശിക നിലവാരത്തിൽ ഉയർന്നുവരുന്ന വിഷയങ്ങളിലും ശ്രദ്ധ പതിപ്പിക്കണം എന്നുമാണ്. ആം ആദ്മി പാർട്ടി ചെയ്തത് ഇങ്ങനെയാണ്. ഓരോ പ്രദേശത്തെയും ജനങ്ങളെ ബാധിക്കുന്ന പ്രശ്നങ്ങൾ ഉയർത്തിക്കൊണ്ടുവരികയായിരുന്നു അവർ. ഇത് ഞങ്ങൾക്ക് അറിയാതിരുന്ന ഒരു കാര്യമല്ല. ഇക്കാര്യം കൂടുതൽ ഫലപ്രദമായി നടപ്പിലാക്കാൻ ശ്രദ്ധിക്കണമെന്നു മാത്രം.

ഹിമാചൽപ്രദേശിലെ സിംലയിൽ സി പി ഐ (എം) ഇക്കാര്യം ചെയ്തതായി കാണുന്നു. അതുകൊണ്ടുതന്നെ അവർക്ക് കോർപ്പറേഷൻ തെരഞ്ഞെടുപ്പിൽ ജയിക്കാനുമായി....?

അത് ശ്രദ്ധേയമായ ഒരു കാര്യമാണ്. ഞാൻ പറഞ്ഞുവന്നതുപോലെ, ഇക്കാര്യം ഞങ്ങൾ പല സ്ഥലങ്ങളിൽ ചെയ്തിട്ടുണ്ട്. ഒരു ഗ്രാമത്തിൽ റോഡു വേണോ കിണറു വേണോ എന്നു നിശ്ചയിക്കാനുള്ള അധികാരം ഗ്രാമീണർക്കു നല്കണമെന്നും അതെല്ലാം സംസ്ഥാനതല സ്ഥാനത്തിരുന്നു നിശ്ചയിച്ചുകൊടുക്കാൻ പാടില്ലെന്നും സഖാവ് ജ്യോതി ബസു ഞങ്ങളോട് പറയുമായിരുന്നു. ശരിയാണ്, ഈ ആശയങ്ങൾ എപ്പോഴുമിവിടെയുണ്ട്. അതിന്റെ പ്രായോഗിക അനുഭവങ്ങളുമുണ്ട്. എന്നാൽ പുതിയ ആവശ്യങ്ങൾക്കും സാഹചര്യങ്ങൾക്കുമനുസരിച്ച് നടപ്പിലാക്കണമെന്നുമാത്രം. ഇക്കാര്യത്തിൽ തീർച്ചയായും ശ്രദ്ധപതിപ്പിക്കേണ്ടതുണ്ട്. ആം ആദ്മി പാർട്ടിയുടെ അനുഭവത്തിൽ നിന്നും പഠിക്കണമെന്നതു മാത്രമല്ല പ്രശ്നം. ഞങ്ങളുടെ രാഷ്ട്രീയം ശരിയായ രീതിയിൽ മുന്നോട്ടു വയ്ക്കണമെന്നതാണ്.

എ എ പി യുടെ തരം രാഷ്ട്രീയത്തിൽ അന്തർലീനമായ പരിമിതികളും നാം കാണാതിരുന്നുകൂടാ. ഇപ്പോൾ ആ പാർട്ടിയിൽ നടക്കുന്ന ആഭ്യന്തര കലഹങ്ങൾ ഈ പ്രശ്നങ്ങളുടെ ബഹിർസ്ഫുരണങ്ങളാണ്. ഞങ്ങളെ സംബന്ധിച്ചിടത്തോളം ആം ആദ്മി പാർട്ടിയിൽ ഒരു വ്യക്തത കുറവ് ഞങ്ങൾ കാണുന്നു. ജനങ്ങളെ ബാധിക്കുന്ന രണ്ടു പ്രശ്നങ്ങളിൽ അതു പ്രകടമാണ്. വർഗ്ഗീയതയുടെയും നവലിബറൽ പരിഷ്കാരങ്ങളുടെയും കാര്യത്തിൽ നേതൃത്വത്തിനുള്ളിലെ ഐക്യമില്ലായ്മ നയങ്ങളിലുള്ള അവ്യക്തതയുടെ പ്രതിഫലനമാണ്. ഇതും ആം ആദ്മിയിൽ നിന്നും പഠിക്കേണ്ട അനുഭവമായി ഞങ്ങൾ കാണുന്നു. പ്രാദേശിക പ്രശ്നങ്ങൾ ഉയർത്തി ജനങ്ങളെ സംഘടിപ്പിക്കുന്നതിൽ മാത്രമല്ല കാര്യം. നിങ്ങൾക്ക് എത്തിച്ചേരേണ്ട വ്യക്തമായ രാഷ്ട്രീയ ലക്ഷ്യവുമായി ഇതിനെ കൂട്ടിയോജിപ്പിക്കുവാൻ കഴിയണം.

പശ്ചിമബംഗാളിലെ തിരിച്ചടി നേരിടുന്നതിനും പാർട്ടി അഭിമുഖീകരിക്കുന്ന ശാരീരികാക്രമണങ്ങളെ ഫലപ്രദമായി ചെറുക്കുന്നതിനും എന്തുവ്യക്തമായ പരിപാടിയാണ് നിങ്ങൾക്കു മുന്നിലുള്ളത്? ഈ സാഹചര്യത്തെ നേരിടുന്നതിന് കേന്ദ്രനേതൃത്വത്തിന്റെ സഹായമുണ്ടായില്ല എന്ന രീതിയിലുള്ള അഭിപ്രായങ്ങൾ ഇതിനകം വന്നുകഴിഞ്ഞിട്ടുണ്ട്.

പശ്ചിമ ബംഗാളിലെ പാർട്ടി ഇത്തരം സാഹചര്യം ഇതിന് മുമ്പും അഭിമുഖീകരിച്ചിട്ടുണ്ട്. തൃണമൂൽ കോൺഗ്രസ് മാത്രമല്ല അക്രമത്തിലൂടെ രാഷ്ട്രീയ നേട്ടങ്ങളുണ്ടാക്കാൻ നോക്കിയിട്ടുള്ളത്. എഴുപതുകളിൽ കോൺഗ്രസ് സി പി ഐ (എം)നെ അക്രമത്തിലൂടെ ഒതുക്കാൻ നോക്കിയിട്ടുണ്ട്. 1972 ൽ ഇന്ത്യൻ നാഷണൽ കോൺഗ്രസിന് അതിനു കഴിഞ്ഞു. 2009 ൽ തൃണമൂലിനും ഇതിനു കഴിഞ്ഞു. എല്ലാത്തരം സി പി ഐ (എം) വിരുദ്ധ ശക്തികളെയും മമത കൂട്ടിയോജിപ്പിച്ചു. മാവോയിസ്റ്റുകൾ മുതൽ ആർ എസ് എസ് വരെയുള്ളവരെ ഒരു കുടക്കീഴിൽ കൊണ്ടുവന്നു.

പിന്തിരിപ്പൻ ശക്തികളുടെ ഈ വിശാല ഐക്യനിര അക്രമം അഴിച്ചുവിടുന്നതിൽ മാരകമായ ഒരു ശക്തിയായി മാറി. പ്രാദേശിക പാർട്ടി ഘടകങ്ങളെയും അതിന്റെ നേതാക്കളെയും ലക്ഷ്യമിട്ട് അക്രമങ്ങൾ നടത്തി പാർട്ടിയും ജനങ്ങളും തമ്മിലുള്ള ബന്ധം അറുത്തുമാറ്റാനാണവർ ശ്രമിക്കുന്നത്. ഇത് പ്രാദേശിക മേഖലകളിൽ ഒരുതരം ശൂന്യതയുണ്ടാക്കിയിട്ടുണ്ട്. ഞങ്ങളെ സംരക്ഷിച്ചുപോന്ന ജനങ്ങൾ, ഞങ്ങളുടെ

സംരക്ഷണം ആവശ്യമുള്ള ജനങ്ങൾ, ഈ ബന്ധം മുറിഞ്ഞുപോയതായി കണ്ടു. എന്താണ് സംഭവിക്കുന്നതെന്നറിയാതെ അവർ കുഴങ്ങി. കേന്ദ്ര ഭരണം കൈവശമുള്ള ബി ജെ പിക്ക് തൃണമൂൽ നേതൃത്വം നല്കുന്ന പിന്തിരിപ്പൻ ശക്തികളുടെ ഗുണ്ടകളിൽനിന്നും സംരക്ഷണം നല്കാൻ കഴിയുമെന്നവർ പ്രതീക്ഷിച്ചു. മോദി സർക്കാർ ഒമ്പതു മാസം പിന്നിട്ട പ്പോൾ അനുഭവങ്ങളിൽനിന്ന് ഈ പ്രതീക്ഷ തെറ്റാണെന്നവർ മനസ്സി ലാക്കി. അങ്ങനെ ഞങ്ങൾ നഷ്ടപ്പെട്ട സംഘടനാ ബന്ധം പുനരുജ്ജീവി പ്പിക്കുവാൻ തുടങ്ങി. ഇത് പൂർണ്ണമാക്കാൻ അല്പം സമയം എടുക്കും. അതിജീവിക്കാൻ കഴിയുമെന്ന് ഞങ്ങൾക്കുറപ്പുണ്ട്.

എല്ലാ പാർട്ടി കോൺഗ്രസുകളിലും പതിവായി ഉയർന്നു കേൾക്കുന്ന സംസാരമാണ് വിഭാഗീയതയ്ക്കും വ്യക്തിവാദങ്ങൾക്കുമെതിരായ തെറ്റു തിരുത്തൽ പ്രക്രിയയെപ്പറ്റി. ഈ പ്രക്രിയ ഒട്ടുംതന്നെ പുരോഗതി ഉണ്ടാ യിട്ടില്ലെന്ന് തുടർച്ചയായുള്ള റിപ്പോർട്ടുകളിൽ തന്നെ കാണുന്നു. ഇക്ക ഴിഞ്ഞ പാർട്ടി കോൺഗ്രസിൽ തന്നെ പാർട്ടിയുടെ ഏറ്റവും ഉയർന്ന തട്ടി ലാണ് ഈ പ്രവണതകൾ കുടികൊള്ളുന്നതെന്ന തോന്നലുളവാക്കി.

ഈ പ്രവണതകളെ അഭിമുഖീകരിക്കാനായി ഞങ്ങൾ നടത്തുന്ന വർത്തമാനങ്ങൾ നല്ല ലക്ഷ്യത്തോടെയുള്ളതാണ്. ശരിയാണ്, പ്രയോ ഗത്തിൽ വരുമ്പോൾ ഉദ്ദേശിച്ച ഫലം ലഭിക്കാതെ പോകുന്നുണ്ട്. അക്കാ ര്യങ്ങൾ നടപ്പിലാക്കിയെടുക്കാനാണ് ഇപ്പോൾ ശ്രമിക്കുന്നത്. എന്തു കൊണ്ട് വിജയകരമായി അതു നടപ്പിലാക്കാനാകുന്നില്ല എന്ന പ്രശ്നവും

പരിശോധനയിൽ പെടുന്നു. 2015 അവസാനത്തിൽ വിളിച്ചുചേർക്കാൻ പോകുന്ന പ്ലീനത്തിന്റെ വിഷയവും ഇതാണ്.

ബൊളീവിയേറിയൻ പരീക്ഷണങ്ങളിൽ നിന്നും ഈജിപ്ത്, ഗ്രീസ് എന്നിവിടങ്ങളിൽ ഉയർന്നുവന്ന പുതിയ ഇടതുപക്ഷം ആളുകളുടെ ഭാവനയിൽ ഇടംപിടിക്കുകയും രാഷ്ട്രീയ അധികാരത്തിലേക്ക് ഉയരുകയും ചെയ്തതിൽനിന്നും അന്താരാഷ്ട്ര തലത്തിൽ എന്തു പാഠമാണ് സി പി ഐ (എം) പഠിക്കുന്നത്

പൊതുലക്ഷ്യത്തോടെ പ്രവർത്തിക്കുന്ന ശക്തികളുടെ ഐക്യം ഊട്ടിയുറപ്പിക്കുകയാണ് ഇത്തരം പരീക്ഷണങ്ങളിൽ നിന്നും ലഭിക്കുന്ന പാഠം. തത്ത്വശാസ്ത്രപരമായി ഇക്കാര്യമാണ് ഞങ്ങൾ പറഞ്ഞുകൊണ്ടിരിക്കുന്നത്. ഈ ദിശയിലേക്കുള്ള പ്രവർത്തനങ്ങൾ ശക്തിപ്പെടുത്തേണ്ടതുണ്ട്. നവലിബറൽ നയങ്ങൾക്കും ഹിന്ദുത്വശക്തികൾക്കും എതിരായ പോരാട്ടമാണ് ഇന്ത്യയിൽ ഈ ദിശയിലുള്ള പ്രധാന ഘടകം. ഈ രണ്ടു വിഷയങ്ങളും ഒരുമിച്ച് കൈകാര്യം ചെയ്യേണ്ടതുണ്ട്. നവലിബറൽ നയങ്ങൾ കോൺഗ്രസിന്റെ മാത്രം വകയാണെന്നും ഹിന്ദുത്വം ആർ എസ് എസിന്റെയും ബി ജെ പിയുടെയും മാത്രം വകയാണെന്നും നമുക്കിപ്പോൾ പറയാനാവില്ല. മോദി സർക്കാർ ഇതു രണ്ടിനെയും വിളക്കിച്ചേർത്തിരിക്കുന്നു. ഇപ്പോഴത് ഒന്നായിത്തീർന്നിരിക്കുന്നു. ഇതു രണ്ടിനുമെതിരെ പോരാടാൻ തയ്യാറുള്ളവരെ ഒരുമിച്ചു കൊണ്ടുവരണം.

ഇത്തരം പ്രസ്ഥാനങ്ങളുടെ മറ്റൊരു സവിശേഷത നവലിബറൽ സാമ്പത്തിക പരിഷ്കാരങ്ങൾക്കെതിരെ അതിശക്തമായി ഉയർന്നുവന്ന ജനരോഷത്തെ തിരിച്ചുവിടാൻ കഴിഞ്ഞു എന്നതാണ്. ഗ്രീസിലെ സിരിസ തുടങ്ങിയ പ്രസ്ഥാനങ്ങൾക്ക് ഈ ജനരോഷത്തെ രാഷ്ട്രീയാധികാരമാക്കി മാറ്റാൻ കഴിഞ്ഞു. ഇത്തരം കാര്യങ്ങൾ ചെയ്യാൻ എന്തുകൊണ്ടാണ് ഇടതുപക്ഷം ഇന്ത്യയിൽ തുടർച്ചയായി പരാജയപ്പെടുന്നത്?

നവലിബറൽ സാമ്പത്തിക നയങ്ങൾക്കെതിരായ പോരാട്ടത്തിൽ ഇന്ത്യൻ ഇടതുപക്ഷം മുന്നിൽത്തന്നെ ഉണ്ടായിരുന്നു; സ്വകാര്യവല്ക്കരണത്തിന്റെ കാര്യത്തിലായാലും തൊഴിലാളികളുടെ അവകാശങ്ങളെപ്പറ്റിയുള്ള കാര്യത്തിലായാലും കർഷകരുടെ പ്രശ്നത്തിലായാലും. എന്നാൽ ഈ പോരാട്ടത്തിൽ അടിസ്ഥാനപരമായി വ്യത്യസ്ത നിലപാടുകളുണ്ട്. ശക്തികളും ഉണ്ടായിരുന്നു. അവരെക്കൂടി കൂട്ടിയോജിപ്പിക്കേണ്ടതുണ്ട്. ഇവിടെയാണ് 'സിരിസ' വിജയിച്ചത്. ആ വഴിക്കാണ് ഞങ്ങൾ ഇപ്പോൾ ശ്രമങ്ങൾ നടത്തുന്നതും.

ഇക്കാര്യങ്ങൾ നിർവ്വഹിക്കുന്നതിൽ 'സിരിസ' കൂടുതൽ ക്രിയാത്മകമായിരുന്നെന്നും ഇന്ത്യൻ ഇടതുപക്ഷത്തിന് ഇതു വിജയകരമായി ഏറ്റെ

ടുക്കാൻ കഴിഞ്ഞില്ലെന്നും താങ്കൾ കരുതുന്നുണ്ടോ? അതായത്, അവർ ഉപയോഗിച്ച ഉപകരണങ്ങൾ ആധുനികവും കാലത്തിന് ഇണക്കുന്നതുമായിരുന്നു.

അതു ചെയ്യാൻ ഞങ്ങൾ പരിശീലിക്കുകയാണ്. വളരെ വേഗം ലോകം വ്യക്തിത്വ നിരാസത്തിലേക്കു മാറിക്കൊണ്ടിരിക്കുമ്പോൾ പരമ്പരാഗത പ്രചാരണരീതികൾ അപ്രസക്തമായിത്തീർന്നു. അതുകൊണ്ട് നമ്മൾ കൂടുതൽ ക്രിയാത്മകമാവണം. ആ ദിശയിലേക്കാണ് ഞങ്ങളുടെ നീക്കം.

(മൊഴിമാറ്റം: രാധാകൃഷ്ണൻ ചെറുവല്ലി)

ചൂഷിതരായ മനുഷ്യർക്ക് യോജിച്ചണിനിരക്കാവുന്ന വേദിയാകണം ഇടതുപക്ഷം

സീതാറാം യെച്ചൂരി/ വർഗ്ഗീസ് ജോർജ്, അനിത ജോഷ്വ

ഇരുപത്തിയൊന്നാം പാർട്ടി കോൺഗ്രസിൽനിന്നും താങ്കൾ എന്താണു പ്രതീക്ഷിക്കുന്നത്.

സി പി ഐ എമ്മിനും അതുകൊണ്ടുതന്നെ ഇടതുപക്ഷ പുരോഗമന പ്രസ്ഥാനങ്ങൾക്കും മുന്നിലുള്ള പ്രധാന പ്രശ്നം എങ്ങനെ സ്വയം ശക്തിപ്രാപിക്കാം എന്നുള്ളതാണെന്നാണ് ഞാൻ കരുതുന്നത്. ഞങ്ങളുടെ പാർട്ടിയുടെ ശക്തിക്കു മാത്രമല്ല ഞങ്ങൾ കെട്ടിപ്പടുക്കാൻ ആഗ്രഹിക്കുന്ന ഇടതുപക്ഷ ശക്തികളുടെ ഐക്യത്തിനെ സംബന്ധിച്ചും ഇതു പ്രധാനപ്പെട്ടതാണ്. നരേന്ദ്രമോദിയുടെ ഭരണത്തിൽ വെളിപ്പെട്ടുവരുന്ന നിഗൂഢ പദ്ധതികളെ ഫലപ്രദമായി ചെറുക്കാനുള്ള ഇടതുപക്ഷ ഇടപെടലുകൾ തീർച്ചയായും ശക്തിപ്പെടേണ്ടതുണ്ട്.

വികസനത്തിന്റെ പേരിലുള്ള വാചാടോപങ്ങളും വിദേശസന്ദർശനങ്ങളും അവിടെരൂപപ്പെടുന്ന കരാറുകളുമെല്ലാം ഒരു കാര്യത്തിലേക്കു വിരൽ ചൂണ്ടുന്നു. അന്താരാഷ്ട്ര മൂലധനത്തിന് ലാഭം കുന്നുകൂടാനായി ഇന്ത്യയുടെ സമ്പത്തും മാനവശേഷിയും കമ്പോളവും യഥേഷ്ടം ഉപയോഗപ്പെടുത്താൻ തുറന്നു കൊടുക്കുക.

ഇതിനെ നേരിടാൻ സി പി ഐ എം എത്രമാത്രം തയ്യാറെടുത്തിട്ടുണ്ട്.

അതാണ് കാതലായ പ്രശ്നം. ഈ വെല്ലുവിളി നേടിരാൻ ഞങ്ങൾ സംഘടനാപരമായി കൂടുതൽ കരുത്താർജ്ജിക്കണം. അതുകൊണ്ടാണ് 2015 ൽ തന്നെ ഒരു സംഘടനാ പ്ലീനം വിളിച്ചു ചേർക്കാൻ ഞങ്ങൾ ഇതിനകം തന്നെ തീരുമാനമെടുത്തത്. ഇക്കാര്യത്തെ സംബന്ധിച്ച നിർദ്ദേശം പാർട്ടി കോൺഗ്രസ് മുമ്പാകെ കേന്ദ്രകമ്മിറ്റി വയ്ക്കുന്നതായിരിക്കും. തെറ്റുതിരുത്തലും സംഘടനാപരമായ ശക്തിപ്പെടലും ഞങ്ങ

ളുടെ മുന്നേറ്റത്തിന് അനിവാര്യമാണ്. അതിനുള്ള നടപടികൾ തുടങ്ങിക്കഴിഞ്ഞു. 21-ാം പാർട്ടി കോൺഗ്രസ് ആ വഴിക്കുള്ള ഒരു നാഴികക്കല്ലായിത്തീരും. ഹിന്ദുത്വ ആശയങ്ങളുടെ പ്രചാരണത്തിന് കേന്ദ്ര ഗവൺമെന്റു തന്നെ മുൻകൈയെടുക്കുന്നു. ഘർ വാപസി, ലൗജിഹാദ് തുടങ്ങിയ പ്രചാരണങ്ങളിൽ നാമിതു കണ്ടു. ശാസ്ത്ര കോൺഗ്രസിലും ടെക്സ്റ്റുബുക്കുകളും ഇന്ത്യാ ചരിത്രവും തിരുത്തി എഴുതാനുള്ള നീക്കത്തിലും ഇത് പ്രകടവുമാണ്. വളരെ ഗുരുതരമായ കാര്യങ്ങളാണ് സംഭവിച്ചുകൊണ്ടിരിക്കുന്നത്. എന്തുകൊണ്ടെന്നാൽ ബൗദ്ധികമായി നോക്കു

മ്പോൾ അത് മതസങ്കല്പങ്ങൾ തമ്മിലുള്ള ഭ്രാതൃഹത്യയിലോ മതന്യൂനപക്ഷങ്ങൾക്കു നേരെയുള്ള അതിക്രമങ്ങളിലോ ഒതുങ്ങുന്നില്ല. വിവിധങ്ങളായ ജാതി മത സമൂഹങ്ങളും ഭാഷാ സമൂഹങ്ങളും അടങ്ങുന്ന രാജ്യമാകയാൽ ദേശീയ ഐക്യത്തിന്റെ വിശാലമായ ഭൂമികയിൽ ഇത് തീർച്ചയായും വളരെ പ്രധാനപ്പെട്ടതാണ്. ഇവിടെ നടക്കുന്നത് ബൗദ്ധികമായ കടന്നാക്രമണമാണ്. ഇവിടെ തത്ത്വശാസ്ത്രത്തെ ദൈവശാസ്ത്രത്താലും ചരിത്രത്തെ ഇതിഹാസത്താലും മാറ്റി സ്ഥാപിക്കുകയാണ്. ലോകത്ത് ഉദിച്ചുയരുന്ന വൈജ്ഞാനിക മേഖലകളെ വിപുലീകരിക്കാനും അതിനു നേതൃത്വം കൊടുക്കാനും കഴിഞ്ഞില്ലെങ്കിൽ അത് ഇന്ത്യയുടെ പുരോഗതിയെ പുറകോട്ട് വലിക്കുമെന്ന് ഞാൻ ഭയപ്പെടുന്നു.

ബി ജെ പിയുടെ ഇരച്ചുകയറ്റം ഇടതുപക്ഷത്തിന്റെ പ്രത്യേകിച്ച് സി പി ഐ എമ്മിന്റെ ചെലവിലാണ് സംഭവിക്കുന്നത്. ഇത് പശ്ചിമബംഗാളിന്റെയും കേരളത്തിന്റെയും കാര്യത്തിലും ശരിയാണ്.

ബംഗാളിൽ ഇപ്പോഴത്തെ രാഷ്ട്രീയം ഭീകരതയുടെയും അക്രമത്തിന്റെയുമാണ്. ജനങ്ങളെയും പാർട്ടിയെയും തമ്മിൽ ബന്ധിപ്പിച്ചിരുന്ന പ്രധാനപ്പെട്ട നേതാക്കളും കാഡർമാരും അക്രമത്തിനിരയാവുകയോ വകവരുത്തപ്പെടുകയോ ചെയ്തതിനാൽ ചിലർ സി പി ഐ എം ദുർബ്ബലപ്പെട്ടുവെന്നും അതിനാൽ തങ്ങൾക്ക് സുരക്ഷിതത്വം നല്കാൻ പാർട്ടിക്ക് കഴിയുകയില്ലെന്നും കരുതി. ബി ജെ പി കേന്ദ്രഭരണം കൈയാളുന്ന പാർട്ടിയാകയാൽ തങ്ങൾക്ക് സംരക്ഷണം നല്കാൻ അവർക്കു കഴിയുമെന്നവർ പ്രതീക്ഷിച്ചു. മുനിസിപ്പാലിറ്റികളിലേക്കു നടന്ന തിരഞ്ഞെടുപ്പു ഫലത്തിലേക്കു നോക്കുകയാണെങ്കിൽ ചിത്രമൊക്കെ മാറി വരുന്നതായി നിങ്ങൾക്കു കാണുവാൻ കഴിയും. സി പി ഐ എം ഒറ്റപ്പെട്ടു എന്ന പ്രചാരണം ഇപ്പോൾ തീർത്തും നിലനില്ക്കുന്നില്ല. ആളുകളുടെ വിശ്വാസം വീണ്ടെടുക്കാനുള്ള പ്രക്രിയ ബംഗാളിൽ തുടങ്ങിക്കഴിഞ്ഞു. ഞങ്ങൾക്കെതിരായി നടക്കുന്ന അക്രമങ്ങളുടെ തീവ്രതയാണ് അതിന്റെ ഗതി നിർണ്ണയിക്കുന്നത്.

നിങ്ങളേറ്റെടുക്കുന്ന പ്രശ്നങ്ങൾ ജനസംഖ്യയിൽ ഭൂരിപക്ഷം വരുന്നവരുടേതാണ്. എന്നിട്ടും ഇടതുപക്ഷത്തിന്റെ പ്രസക്തിയില്ലായ്മ കഴിഞ്ഞ ഒരുപതിറ്റാണ്ടുകാലത്തിനുള്ളിൽ വർദ്ധിക്കുകയാണുണ്ടായത്. എന്തുകൊണ്ടപ്രകാരം സംഭവിച്ചു? ഇതിനെ മറികടക്കാൻ എന്തു പദ്ധതിയാണ് നിങ്ങൾക്കു മുന്നിലുള്ളത്.

ഈ പ്രശ്നം ഞങ്ങൾ വരുന്ന പാർട്ടി കോൺഗ്രസിലും പരിശോധിക്കും. അതിനു മുമ്പ് വ്യക്തമായ എന്തെങ്കിലും മറുപടി പറയാൻ എനിക്കാവില്ല. എന്നാൽ ഒന്നു പറയാം. ശക്തമായി ഇടപെടാനുള്ള ഞങ്ങളുടെ സംഘടനാശേഷി വർദ്ധിപ്പിച്ചില്ലെങ്കിൽ ഈ കാലഘട്ടം ഇടതുപ

ക്ഷത്തോടാവശ്യപ്പെടുന്നതു നല്കാൻ കഴിയാതെ വരും. മതേതരത്വവും ജനാധിപത്യവും സാമ്പത്തിക സ്വാതന്ത്ര്യവും സംരക്ഷിക്കുകയെന്നതാണ് തങ്ങളുടെ മുന്നിലുള്ള അടിയന്തര കടമ. ഭാവിയാണ് ലക്ഷ്യം ഭൂതകാലമല്ല. ദൗർഭാഗ്യവശാൽ സംഭവിച്ചതു സംഭവിച്ചു. ഒരു കാര്യം ഓർക്കുക. ഇന്ത്യയിൽ പുരോഗമനപരമായി നിലനില്ക്കുന്നതെല്ലാം ഇടതുപക്ഷസ്വാധീനത്താലാണ്. ഇടതുപക്ഷം ശക്തമായിരിക്കുമ്പോൾ മാത്രമേ ജനകീയ പ്രശ്നങ്ങൾ മുന്നിൽ വരികയുള്ളൂ. ആ കഴിവാണ് തിരിച്ചുപിടിക്കപ്പെടേണ്ടത്.

ഇടതുപക്ഷവുമായി പരമ്പരാഗതമായി ബന്ധപ്പെട്ടു കിടന്ന പ്രശ്നങ്ങൾ തിരഞ്ഞെടുപ്പ് വിജയമാക്കി മാറ്റിയെടുക്കാൻ എങ്ങനെയാണ് ആം ആദ്മി പാർട്ടിക്കു കഴിഞ്ഞത്.

ഇത് പ്രധാന ചോദ്യംതന്നെയാണ്. പാർട്ടി കോൺഗ്രസ് പരിശോധിക്കാൻ പോകുന്ന രണ്ടു മേഖലകളുണ്ട്. ഒന്ന് ഇടതുപക്ഷം പരമ്പരാഗതമായി ഉയർത്തിക്കൊണ്ടിരുന്ന പ്രശ്നങ്ങൾ ഫലപ്രദമായി ഉന്നയിക്കാൻ ആം ആദ്മി പാർട്ടിക്കു കഴിഞ്ഞു. ഇതിനുള്ള പ്രധാന കാരണം ഞങ്ങളുടെ സംഘടനാ ദൗർബ്ബല്യങ്ങളാണ്. രണ്ട്, ഇത്തരം വിഷയങ്ങൾക്കെതിരെ പോരാടുമ്പോൾ നിങ്ങൾക്കുണ്ടാകേണ്ട വിശ്വാസ്യതയാണ്. ഭാവിയിലേക്കുള്ള ഞങ്ങളുടെ ദ്വിമുഖ കാഴ്ചപ്പാടുകൾ ഇതൊക്കെയാണ് (i)സംഘടനാപരമായി കൂടുതൽ ശക്തിപ്പെടുക. (ii) ജനകീയ പോരാട്ടങ്ങളിൽ ഇടപെടൽ ശേഷി കൂട്ടുക.

യു പി എ I ഇടതുപക്ഷ നയങ്ങളുടെ വിജയമായി താങ്കൾ പരാമർശിച്ചുകണ്ടു. അന്നത്തേതിനു തുല്യമായ അല്ലെങ്കിൽ കൂടുതൽ ഭീഷണമായ ഒരുസാഹചര്യം രാജ്യം അഭിമുഖീകരിക്കുന്നു. അത്തരമൊരു സാഹചര്യത്തിൽ സി പി ഐ (എം) നിലപാട് എന്തായിരിക്കും.

ജനകീയ പ്രശ്നങ്ങളിൽ ഞങ്ങളുടെ നയങ്ങൾ അംഗീകരിക്കേണ്ടി വന്നതിനാലാണ് യു പി എ I വിജയകരമായത്. ഇടതുപക്ഷത്തിന് സ്വാധീനം ചെലുത്താൻ പറ്റുന്ന ഒരു സ്ഥാനം രാഷ്ട്രീയത്തിൽ ഉണ്ടായിരിക്കണമെന്നതാണ് പ്രധാനം. ഇടതുപക്ഷത്തിന് വലിയതോതിലുള്ള രാഷ്ട്രീയ പിന്തുണ ഉണ്ടായാൽ മാത്രമെ രാഷ്ട്രീയ ശക്തികൾ തമ്മിലുള്ള യഥാർത്ഥ ബലാബലത്തിൽ മാറ്റം വരുത്താനാകൂ. ഭരണവർഗ്ഗനയങ്ങൾക്കു ബദലായ നയങ്ങളുമായി ഇടതുപക്ഷത്തിനു മുന്നോട്ടു വരാൻ അപ്പോഴേ കഴിയൂ. അതിനാൽ വരാൻ പോകുന്ന കോൺഗ്രസ് ഇക്കാര്യത്തിലാകും ശ്രദ്ധ പതിപ്പിക്കുക.

പാർട്ടിയുടെ രാഷ്ട്രീയ-അടവുനയങ്ങൾ പരിശോധിക്കുന്ന വേളയിൽ താങ്കൾ വ്യക്തിപരമായ ഒരിടപെടൽ നടത്തി വിശാലമായ ഐക്യമുന്നണി കെട്ടിപ്പടുക്കുന്നതിൽ തെറ്റില്ല അതിന്റെ നടപ്പിലാക്കലാണ് പ്രശ്നം എന്നു താങ്കൾ ഊന്നിപ്പറഞ്ഞു. ഇത് രാഷ്ട്രീയ-അടവുരേഖകൾ പിന്തുടരുമോ.

ഇക്കാര്യത്തിൽ പാർട്ടി കോൺഗ്രസ് തീരുമാനമെടുക്കും. ഒരിടപെടൽ നടത്താനുള്ള ശേഷി സി പി ഐ (എം) നു ഉണ്ടെങ്കിൽ മാത്രമെ അതു വിജയിപ്പിക്കാനാകൂ. ഞങ്ങളുടെ സ്വന്തം ശക്തി വളർന്നില്ലെങ്കിൽ അതൊന്നും സംഭവിക്കുകയില്ല. സംഘടനാ ദൗർബ്ബല്യങ്ങളെപ്പറ്റി ചർച്ച ചെയ്യാൻ മാത്രമായി ആ പ്ലീനം വിളിച്ചു ചേർക്കാൻ കേന്ദ്രകമ്മിറ്റി തീരുമാനിച്ചിട്ടുണ്ട്.

കോൺഗ്രസുമായും പ്രാദേശികപാർട്ടികളുമായും ബന്ധം സ്ഥാപിക്കുന്നതിന്റെ സാദ്ധ്യത എത്രത്തോളമാണ്?

അപ്പപ്പോൾ ഉയർന്നുവരുന്ന വിഷയങ്ങളിൽ, ഭൂമി ഒഴിപ്പിക്കൽ ബില്ലിന്റെ കാര്യത്തിലെന്നപോലെ അതിനുള്ള സാദ്ധ്യതയുണ്ടാവും. എന്നാൽ സി പി ഐ (എം) ന്റെ മുഖ്യശ്രദ്ധ സ്വയം ശക്തിപ്പെടലാണ്.

പിന്നിലേക്കു നോക്കിയാൽ 2014 ലെ ലോകസഭാ തിരഞ്ഞെടുപ്പുകാലത്ത് കോൺഗ്രസുമായും ബി ജെ പിയുമായുള്ള തുല്യ അകലം പുലർത്തണമെന്ന് കൈക്കൊണ്ട തീരുമാനം ഒരു തെറ്റായിരുന്നുവെന്ന് കരുതുന്നുണ്ടോ? പ്രത്യേകിച്ചും മോദി സർക്കാർ പ്രതീക്ഷിച്ചതുപോലെ തന്നെ പ്രവർത്തിച്ചുകൊണ്ടിരിക്കുമ്പോൾ?

കോൺഗ്രസിനെക്കാൾ തീവ്രമായി നരേന്ദ്രമോദി ഇപ്പോൾ നടപ്പി

ലാക്കിക്കൊണ്ടിരിക്കുന്ന അതേ നവലിബറൽ സാമ്പത്തിക നയങ്ങൾ തന്നെയാണ് കോൺഗ്രസിന്റെയും നയങ്ങൾ. അക്കാര്യത്തിൽ ഞങ്ങൾക്ക് മൗലികമായ ഭിന്നതയുണ്ട്. ആ എതിർപ്പ് തുടരുകയും ചെയ്യും. അപ്പോൾതന്നെ, ചില വിഷയങ്ങളിൽ ചില സന്ദർഭങ്ങളിൽ യോജിപ്പുണ്ടായെന്നു വരും. അക്കാര്യങ്ങളിൽ യോജിപ്പാകാം. പ്രശ്നങ്ങളിൽ യോജിപ്പുണ്ടാക്കാൻ കഴിയാത്തിടത്തോളം വിശാലമായ ഒരു മുന്നണി എന്ന ആശയം നിലനില്ക്കുകയില്ല. മതേതരത്വത്തിന്റെ ജനകീയ അവകാശത്തിന്റെ പ്രശ്നങ്ങളിൽ യോജിപ്പാകാം.

ഉദാരവല്ക്കരണാനന്തര രാഷ്ട്രീയത്തെ അഭിമുഖീകരിക്കുന്നതിനുള്ള കഴിവുകേടാണോ സി പി ഐ (എം) നേരിടുന്ന ദൗർബ്ബല്യങ്ങൾക്കു കാരണം?

സാഹചര്യങ്ങൾ വേഗത്തിൽ മാറി. കുറെ വർഷങ്ങളായി ഞങ്ങളിതു തിരിച്ചറിഞ്ഞു വരികയാണ്. ആളുകളുടെ ആഗ്രഹങ്ങൾ വിപുലപ്പെട്ടു. ഇലക്ട്രോണിക്സ് മാധ്യമങ്ങൾ വളർന്നതുവഴി നിരക്ഷരരായ മനുഷ്യർക്കും അറിവും വിവരവും ലഭ്യമായിത്തുടങ്ങി. ഞങ്ങളുടെ പാർട്ടിയുടെ നട്ടെല്ലായ തൊഴിലാളി വർഗ്ഗത്തിനിടയിലും ഘടനാപരമായ മാറ്റങ്ങൾ വന്നു. ഈ മാറ്റങ്ങൾ കാരണം ഇന്ത്യയുടെ തൊഴിൽ സേനയുടെ 7% മാത്രമെ സംഘടിത മേഖലയിലുള്ളൂ. 90% ൽ കൂടുതൽ തൊഴിലാളികളും അസംഘടിത മേഖലയിലാണ്. അവിടെയാണെങ്കിൽ തൊഴിൽ നിയമങ്ങൾ ബാധകവുമല്ല. ഇതൊക്കെ സ്വാതന്ത്ര്യ പ്രാപ്തിക്കുമുമ്പു

തന്നെ മൗലികഅവകാശങ്ങളായിരുന്നു. അവരെ സംഘടിപ്പിക്കുന്ന കാര്യം ഏറെ വ്യത്യസ്തമായ രീതിയിലുള്ളതാണ്. കരാർ തൊഴിലാളികളെ സംരക്ഷിക്കാൻ ഏതു നിയമമാണുള്ളത്? ഇവിടെയൊക്കെ നാം കടന്നു ചെല്ലണം. ഇക്കാര്യങ്ങൾ ഞങ്ങൾ പഠിക്കാൻ തുടങ്ങിയിട്ടുണ്ട്. എന്നാൽ ഞങ്ങൾ ഈ മേഖലയിലെ മുദ്രാവാക്യങ്ങൾ ദൃഢതരമാക്കേണ്ടതുണ്ട്.

വിദ്യാർത്ഥികളുടെ കാര്യമെടുക്കൂ. സമർത്ഥരായ നമ്മുടെ വിദ്യാർത്ഥികളിൽ ഏറിയപങ്കും വിദ്യാർത്ഥി സംഘടനകളില്ലാത്ത സ്വകാര്യ സ്ഥാപനങ്ങളിലാണ് പഠിക്കുന്നത്. ആശയങ്ങളുടെ യുദ്ധം നടക്കേണ്ട യുവ മനസ്സുകളിൽ കയറിപ്പറ്റാനുള്ള പ്രക്രിയ തടയപ്പെട്ടിരിക്കുന്നു. ഈ വിഭാഗങ്ങളുമായി ബന്ധപ്പെടാൻ നവീനമായ സംഘടനാ രൂപങ്ങൾ ഉണ്ടാക്കേണ്ടിയിരിക്കുന്നു. ഈ മേഖലകളിലാണ് മൂർത്തമായ മാറ്റങ്ങൾ അനിവാര്യമായിരിക്കുന്നത്.

മൂർത്തമായ സാഹചര്യങ്ങളുടെ മൂർത്തമായ പ്രയോഗമാണ് മാർക്സിസം. സാഹചര്യങ്ങൾ മാറുന്നു. നിങ്ങളുടെ പ്രയോഗം മാറ്റത്തിന് അനുരോധമല്ലെങ്കിൽ സത്യസന്ധമായി പറഞ്ഞാൽ നിങ്ങൾ ഒരു മാർക്സിസ്റ്റല്ല. നിങ്ങൾ ഒരു മാർക്സിസ്റ്റാണെങ്കിൽ മൂർത്തമായുണ്ടാകുന്ന മാറ്റങ്ങളെപ്പറ്റി സദാ മനസ്സിലാക്കാനും എന്തുതരം മാറ്റങ്ങളാണുണ്ടാകുന്നതെന്ന് മൂർത്തമായ നിഗമനങ്ങളിലെത്താനും കഴിയണം.

ഈ പരിശോധന എന്തുകൊണ്ടു പ്രാവർത്തികമായില്ല? യഥാർത്ഥത്തിൽ കാൽനൂറ്റാണ്ടുകടന്നുപോയിരിക്കുന്നു.

അങ്ങനെയൊരു പരിശോധന നടത്തിയിട്ടില്ലെന്നല്ല. ആവശ്യത്തിനു വേഗത്തിൽ നടന്നിട്ടില്ല എന്നേയുള്ളൂ. ഈ കോൺഗ്രസിന്റെ പരിഗണനാവിഷയങ്ങളിൽ പ്രധാനം ഇത്തരം പ്രശ്നങ്ങൾ എങ്ങനെ പരിഗണിക്കുമെന്നും മുന്നോട്ടുള്ള പ്രയാണത്തിന്റെ മാർഗ്ഗം ഏതെന്നുമായിരിക്കും.

വിശാലമായ ഇടതുപക്ഷ ഏകോപനത്തിന്, സി പി ഐ (എം) ന് വലിയ പങ്കുണ്ടെന്നു താങ്കൾ കരുതുന്നുണ്ടോ.

പ്രായോഗികമായ വിഷയങ്ങളിൽ ഇടതുപക്ഷശക്തികളെ ഏകോപിപ്പിക്കുന്നതിലായിരിക്കും ഞങ്ങളുടെ പ്രധാന ശ്രദ്ധ. ദൈനംദിന പ്രശ്നങ്ങളിന്മേൽ പോരാട്ടം വേണം. ഈ കാലഘട്ടത്തിൽ സവിശേഷ ശ്രദ്ധ പതിപ്പിച്ച് ജനങ്ങളെ വൻതോതിൽ സംഘടിപ്പിക്കേണ്ടുന്ന പ്രശ്നങ്ങളുമുണ്ട്. ഈ പ്രശ്നങ്ങളിൽ ഇടതുപക്ഷത്തിന്റെ ശബ്ദം സവിശേഷമായി മുഴങ്ങണം. ചൂഷണത്തിനിരയാകുന്ന മനുഷ്യർക്ക് യോജിച്ചണിനിരക്കാനാവുന്ന ഒരു വേദിയാകണം ഇടതുപക്ഷം. അതിനായി ആദ്യം ഞങ്ങൾ സ്വയം ശക്തിപ്പെടാൻ ശ്രമിക്കും. എന്നിട്ട് ഇടതുപക്ഷ ഐക്യം ശക്തിപ്പെടുത്തി ജനാധിപത്യകക്ഷികളിലേക്കെത്താനും. കൂടുതൽ പേരെ ഉൾപ്പെടുത്താനുള്ള ശ്രമങ്ങൾ നടക്കും. അഖിലേന്ത്യാതലത്തിൽ

ഞങ്ങൾ നാലിടതുപക്ഷകക്ഷികൾ പരമ്പരാഗതമായി സഖ്യത്തിലാണ്. കഴിഞ്ഞവർഷങ്ങളിൽ സി പി ഐ എം എൽ, എസ് യു സി ഐ എന്നീ കക്ഷികൾ കൂടി ചേർന്നു. വിവിധ പാർട്ടികളുടെ വെറുതെയുള്ള കൂട്ടുചേരലല്ല ഇത്, യോജിച്ച പോരാട്ടത്തിനായുള്ളതാണ്. ഇതിൽ സി പി ഐ (എം) മുഖ്യപങ്കുവഹിക്കും.

ജനതാപരിവാറിലുണ്ടായ ഐക്യത്തിൽ നിന്നും നിങ്ങൾക്ക് പ്രേരണ ലഭിക്കുന്നുണ്ടോ?

ഇന്ത്യയിൽ പരമ്പരാഗതമായി രണ്ട് ഇടതുപക്ഷ ധാരകളുണ്ട്. ഒന്ന് കമ്യൂണിസ്റ്റ് ധാരയും മറ്റേത് സോഷ്യലിസ്റ്റ് ധാരയും. രണ്ടും പല കാരണങ്ങളാൽ ഭിന്നിക്കപ്പെട്ടു. ഈ രണ്ടും ധാരകൾ തമ്മിൽ വിയോജിച്ചും സംഘട്ടനത്തിലേർപ്പെട്ടും കഴിഞ്ഞിട്ടുണ്ടെങ്കിലും രാഷ്ട്രീയത്തിന്റെ ദിശ നിശ്ചയിക്കുന്നതിൽ സുപ്രധാനമായ പങ്കു വഹിച്ചിട്ടുണ്ട്. ഒരു പ്രത്യേക സാഹചര്യത്തിനു മുന്നിൽ ഇന്ത്യയിലെ സോഷ്യലിസ്റ്റ് ഇടതുപക്ഷത്തിൽപ്പെട്ട വിവിധ പാർട്ടികൾ ലയനത്തെപ്പറ്റി ചിന്തിക്കുകയാണ്. തന്ത്രപരമായ പരിഗണനകൾവച്ച് ലയിക്കുകയല്ല, പ്രത്യയശാസ്ത്രപരവും പ്രായോഗികവുമായ പ്രശ്നങ്ങളിൽ യോജിക്കുകയാണ് കമ്യൂണിസ്റ്റ് ഐക്യം. എന്തിനാണ് ഇടതുപക്ഷം ഭിന്നിച്ചത്? ആ പ്രത്യയശാസ്ത്രപ്ര

ശ്നങ്ങൾക്ക് പരിഹാരം കാണണം. ലയനം ഇപ്പോൾ ഞങ്ങൾക്കു മുന്നിലില്ല. യോജിച്ച പ്രവർത്തനമാണ് ഞങ്ങൾക്കു മുന്നിലുള്ളത്. അതായിരിക്കും കൂടുതൽ നീണ്ടു നില്ക്കുന്നത്.

മാർക്സിസം ഇറക്കുമതി ചെയ്ത പ്രത്യയശാസ്ത്രമാണെന്നാണ് പ്രധാനമന്ത്രി നരേന്ദ്രമോദി പാർലമെന്റിൽ പറഞ്ഞത്. ഇടതുപക്ഷത്തിനെതിരായ പ്രചാരണത്തിന്റെ ഭാഗമാണിതെന്ന് താങ്കൾ കരുതുന്നുണ്ടോ.

തീർച്ചയായും. ഞങ്ങൾക്കതിൽ പുതുമയില്ല. ബാഹ്യലോകത്തുനിന്നും കടം കൊള്ളാത്തതെന്തുണ്ട്? എന്താണ് ജനാധിപത്യം? മോദി എന്ന പ്രധാനമന്ത്രിയെ സൃഷ്ടിച്ച ഈ പാർലമെന്ററി ജനാധിപത്യം എന്താണ്? ഫാസിസ്റ്റ് പ്രത്യയശാസ്ത്രത്തിൽനിന്നും ഭിന്നമായി എന്താണ് ആർ എസ് എസ് പ്രത്യയശാസ്ത്രത്തിനുള്ളത്? അതെവിടെ നിന്നാണു വന്നത്? ഹിറ്റ്ലർ വംശീയ ന്യൂനപക്ഷത്തെ ലക്ഷ്യം വച്ചു. ഇവിടെ നിങ്ങൾ മതന്യൂനപക്ഷങ്ങളെ ലക്ഷ്യം വയ്ക്കുന്നു.

ഞങ്ങൾ സി പി ഐ (എം) ന്റെ അടുത്ത ജനറൽ സെക്രട്ടറിയോടാണോ സംസാരിക്കുന്നത്.

ഞങ്ങളുടെ പാർട്ടിക്കുള്ളിൽ ശക്തമായ ഉൾപ്പാർട്ടി ജനാധിപത്യമുള്ളതിനാൽ ഞങ്ങളിലാർക്കും അതു പറയാനുള്ള അവകാശം ഇല്ലെന്നാണു ഞാൻ കരുതുന്നത്. പാർട്ടി കോൺഗ്രസാണ് ഞങ്ങളുടെ ഏറ്റവും ഉയർന്ന അഭിപ്രായ രൂപീകരണവേദി. ആ പാർട്ടി കോൺഗ്രസ് സെൻട്രൽ കമ്മിറ്റിക്ക് രൂപം നല്കും. ആ പുതിയ സെൻട്രൽ കമ്മിറ്റി പൊളിറ്റ് ബ്യൂറോയെയും ജനറൽ സെക്രട്ടറിയെയും തിരഞ്ഞെടുക്കും. ഞാൻ പഴയ സെൻട്രൽ കമ്മിറ്റിയിലുണ്ട്. കൂടുതലെന്തെങ്കിലും പറയുന്നത് എന്റെ പരിധിക്കു പുറത്തുള്ള കാര്യമാവും.

മൊഴിമാറ്റം: രാധാകൃഷ്ണൻ ചെറുവല്ലി

അഭിമുഖങ്ങൾ
കടപ്പാട്

1. **ജനകീയസമരങ്ങളിലൂടെ മാത്രമെ പാർട്ടിക്കു വളരാനാവൂ**
   ജോൺബ്രിട്ടാസ്, *കൈരളി ചാനൽ*
2. **ഇടതുപക്ഷം ഇന്ത്യയുടെ വഴികാട്ടി**
   സാജൻ എവുജിൻ, എൻ എസ് സജിത്, *ദേശാഭിമാനി വാരിക,* 3.5.2015
3. **കമ്യൂണിസ്റ്റ്പാർട്ടിക്ക് ഒരിക്കലും വാതിലടച്ചിടാനാവില്ല**
   തുഫൈൽ പി ടി, *മാതൃഭൂമി ആഴ്ചപ്പതിപ്പ് മെയ് 2015*
4. **സ്വയം ശക്തിപ്പെടൽ മുഖ്യകടമ**
   വെങ്കിടേഷ് രാമകൃഷ്ണൻ, കുനാൽ ശങ്കർ, *ഫ്രണ്ട്‌ലൈൻ മെയ് 2015*
5. **ചൂഷിതരായ മനുഷ്യർക്ക് യോജിച്ചണിനിരക്കാവുന്ന വേദിയാകണം ഇടതുപക്ഷം**
   വർഗ്ഗീസ് ജോർജ്, അനിത ജോഷ്വ, *ദി ഹിന്ദു, ഏപ്രിൽ 11 2015*

www.ingramcontent.com/pod-product-compliance
Lightning Source LLC
LaVergne TN
LVHW040817051026
849519LV00007BA/2653
* 9 7 8 9 3 8 4 4 4 5 1 4 0 *